வேலைப் பகிர்வும் மேற்பார்வையும்

‘பிரையன் டிரேசி வெற்றி நூலகம்’
என்ற தலைப்பின் கீழ்
மஞ்சுள் பப்ளிஷிங் ஹவுஸ்
தமிழில் வெளியிட்டுள்ள நூல்கள்

1. தலைமைத்துவம்
2. நிர்வாகத் திறமை
3. சந்தை நிர்வாகம்
4. ஊக்குவிப்பு
5. தனிநபர் வெற்றி
6. விற்பனையில் வெற்றி
7. நேர நிர்வாகம்
8. தொழில் உத்தி
9. விற்பனை நிர்வாகம்
10. பேரப்பேச்சு
11. வேலைப் பகிர்வும் மேற்பார்வையும்

உள்ளடக்கம்

முன்னுரை

ஆற்றல்மிக்க நிர்வாகத்தின் அடிப்படைத் திறமைகளில் வேலைப் பகிர்வும் ஒன்று. திறமையாகவும் செம்மையாகவும் வேலைப் பகிர்வை மேற்கொள்கின்ற திறன் இல்லாமல் உங்களால் ஒரு நிர்வாகியாக ஜொலிக்க முடியாது.

நிர்வாகம் என்றால், “பிறர் மூலமாக விளைவுகளை ஏற்படுத்துவது,” என்று அர்த்தம். உங்களுக்குக் கீழே பணியாற்றுபவர்களுக்கு வேலைகளையும் கடமைகளையும் பொறுப்புகளையும் பகிர்ந்தளிக்கின்ற யோசனை இந்த விவரிப்புக்குள் புதைந்திருக்கிறது. நீங்கள் உங்களுடைய வேலையில் முன்னேறுவதற்கும் வெற்றி பெறுவதற்கும், உங்களுடைய வேலைகளைப் பிறருக்குப் பகிர்ந்தளிக்கின்ற திறன் இன்றியமையாதது.

வேலைகளைப் பகிர்ந்தளிப்பது பல மேலாளர்களுக்குக் கடினமானதாக இருக்கிறது.

அவர்கள் தங்களுடைய வேலைகளைப் பகிர்ந்தளிக்க விரும்பாததாலோ அல்லது அவர்களால் பகிர்ந்தளிக்க முடியாததாலோ, தங்கள் வேலையில் முன்னேறுவதற்கான வாய்ப்பை அவர்கள் வெகுவாகக் குறைத்துக் கொள்கின்றனர். பகிர்ந்தளிக்காமல் இருப்பதற்கான ஒரே மாற்று, எல்லா வேலைகளையும் அவர்களே செய்வதுதான். இப்படி இந்த மேலாளர்கள் எல்லா வேலைகளையும் தங்களுடைய தலையில் தூக்கிப் போட்டுக் கொள்வதால், அவர்களால் தங்களுடைய நிறுவனத்திற்கு முழுமையான பங்களிப்பை அளிக்க முடிவதில்லை.

வேலைப் பகிர்வின் நன்மைகள்

வேலைகளைப் பகிர்ந்து கொள்வதில் எண்ணற்ற நன்மைகளும் அனுகூலங்களும் உள்ளன. வேலைப் பகிர்வின் மூலம் உங்களால் அதிகமானவற்றைச் சாதிக்க முடிகிறது. வேலைப் பகிர்வின் மூலம் நீங்கள் அதிகமான வேலைகளை உங்களுக்குக் கீழேயுள்ளவர்களிடம் பகிர்ந்தளித்தாலும், உங்களுடைய பணி அவற்றை மேற்பார்வை இடுவதோடு மட்டும் நின்றுவிடுவதால், உங்களால் அதிகமானவற்றைச் சாதிக்க முடிகிறது. அப்படிச் செய்வதன் மூலம், உங்களால் மட்டுமே செய்யக்கூடிய வேலைகளில் உங்களால் கவனம் செலுத்த முடிகிறது.

உங்களுடைய வேலையின் எண்ணிக்கையையும் தரத்தையும் வேலைப் பகிர்வின் மூலமாக உங்களால் கணிசமாக அதிகரித்துக் கொள்ள முடியும். பிற எதுவொன்றையும்விட, உங்களுடைய வேலையின் விளைவுதான், உங்களுடைய சம்பளம், பதவி, வேலையிலிருந்து கிடைக்கின்ற திருப்தி போன்றவற்றைத் தீர்மானிப்பதில் மிக முக்கியப் பங்காற்றுகிறது.

வேலைப் பகிர்வின் மூலம், உங்களுக்குக் கீழே வேலை பார்ப்பவர்கள் தங்களுடைய செயல்திறனையும்

ஆற்றலையும் அதிகரித்துக் கொள்ள உங்களால் உதவ முடியும். அதன் மூலம், உங்கள் வசம் இருக்கின்ற மனித வளத்தை உங்களால் அதிகரித்துக் கொள்ள முடியும்.

இன்று மேலாளர்கள் தங்களுடைய முழு ஆற்றலுடன் இயங்கியாக வேண்டிய நிர்ப்பந்தத்தில் இருக்கின்றனர். அவர்கள், தாங்கள் செய்து முடிக்க வேண்டிய வேலைகளை, தங்களுக்கு இருக்கின்ற நேரத்திற்குள் முடிக்க முடியாமல் திணறிக் கொண்டிருக்கின்றனர். அவர்கள் உச்சபட்சச் செயல்திறனுடன் இயங்க வேண்டுமென்றால், தங்களால் எவ்வளவு வேலைகளைப் பிறரிடம் ஒப்படைக்க முடியுமோ அவ்வளவு வேலைகளை அவர்கள் பிறரிடம் பகிர்ந்தளித்துவிட வேண்டும். இது தொழிலுலகின் மறுக்கப்பட முடியாத உண்மை.

வேலைப் பகிர்வு கற்றுக் கொள்ளப்படக்கூடிய ஒன்றுதான்

அதிர்ஷ்டவசமாக, வேலைப் பகிர்வு என்பது கற்றுக் கொள்ளப்படக்கூடிய ஒரு திறன்தான். எந்தவொரு திறனையும் நீங்கள் முதலில் கற்றுக் கொள்கிறீர்கள். பின்னர் அதைப் பயிற்சி செய்கிறீர்கள். அதை நீங்கள் மீண்டும் மீண்டும் பயிற்சி செய்கின்றபோது, அது ஒரு பழக்கமாக உங்களிடம் படிந்துவிடுகிறது. கார் ஓட்டுதல் இதற்கான ஓர் எளிய எடுத்துக்காட்டு.

பெரும்பாலான மேலாளர்களுக்கு, வேலையைப் பகிர்ந்தளிப்பது குறித்தப் பயிற்சி ஒருபோதும் வழங்கப்படுவதில்லை. ஒரு புதிய நடத்தையை நீங்கள் சுவீகரித்துக் கொள்கின்றபோது, தொடக்கத்தில் அது அசௌகரியமானதாகத்தான் இருக்கும். ஆனால், அதை நீங்கள் மீண்டும் மீண்டும் பயிற்சி செய்கின்றபோது, அது உங்களுக்கு எளிதாகவிடும்.

வேலைப் பகிர்வில் நீங்கள் சிறந்து விளங்குவதற்கு இந்நூல் உங்களுக்கு உதவும். அதன் மூலம்,

நீங்கள் உங்களுடைய நிறுவனத்திற்கு அளித்துக் கொண்டிருக்கின்ற பங்களிப்பை உங்களால் பல மடங்கு பெருக்கிக் கொள்ள முடியும். நீங்கள் ஒரு திறமையான வேலைப் பகிர்வாளராக ஆவதற்குத் தேவையான பல யோசனைகளையும் உத்திகளையும் நீங்கள் இதில் கற்றுக் கொள்வீர்கள். இதில் இடம்பெற்றுள்ள உத்திகளும் உபாயங்களும் சந்தேகத்திற்கு இடமின்றி நிரூபிக்கப்பட்டுள்ளன. அவை உத்தரவாதமாகக் கண்டிப்பாக வேலை செய்யும்.

இதில் இடம்பெற்றுள்ள யோசனைகளை நீங்கள் மீண்டும் மீண்டும் பயிற்சி செய்து வந்தால், ஒரு கட்டத்தில், தாங்கள் அறிந்துள்ளதிலேயே மிகச் சிறந்த வேலைப் பகிர்வாளர் நீங்கள்தான் என்ற கௌரவத்தைப் பிறர் உங்களுக்கு அளிப்பர்.

அத்தியாயம் ஒன்று

உங்களிடமுள்ள மிகவும் மதிப்பு வாய்ந்த வளத்தை மேம்படுத்திக் கொள்ளுங்கள்

உங்களுடைய தொழில் வாழ்க்கையில் உங்களிடம் இருப்பதிலேயே மிகவும் மதிப்பு வாய்ந்த வளம், வேலைகளை முடிப்பதற்காக உங்களிடம் ஒப்படைக்கப்பட்டுள்ள மனித வளம்தான். உங்களுடைய அலுவலகத்தைவிட, உங்களிடம் இருக்கின்ற கணினிகளைவிட அது மிகவும் மதிப்பு வாய்ந்ததாகும். தாங்கள் நிர்வகித்துக் கொண்டிருக்கின்ற மக்களிடமிருந்து தரமான செயல்திறனைப் பெற்றெடுக்கின்ற திறன் படைத்துள்ளவர்களே தலைசிறந்த மேலாளர்கள் ஆவர்.

உங்களின் கீழ் பணியாற்றுகின்ற ஊழியர்களிடம் உங்கள் நிறுவனம் செய்துள்ள முதலீட்டுக்கு

அவர்களிடமிருந்து உச்சபட்ச ஆதாயத்தை உங்கள் நிறுவனத்திற்குப் பெற்றுக் கொடுப்பதுதான் ஒரு மேலாளர் என்ற முறையில் உங்கள் வேலை. எந்தவொரு நிறுவனத்திலும், குறிப்பாக, சேவைத் துறையில் இருக்கின்ற நிறுவனங்களில், மொத்தச் செலவில் 85 சதவீதம் அதன் ஊழியர்களின் சம்பளத்திற்கும் அவர்களுக்கு வழங்கப்படுகின்ற பிற சலுகைகளுக்கும் செலவிடப்படுகிறது. இப்படிச் செலவிடப்படுகின்ற பணத்திற்குப் பதிலீடாக உங்களால் அவர்களிடமிருந்து உச்சபட்ச ஆதாயத்தைப் பெற முடிகிறதா என்பதுதான் இங்குள்ள கேள்வி. அதைச் செய்வதற்கான முறைகளில் ஒன்றுதான் வேலைப் பகிர்வு.

ஒரு சராசரி நபர் தன் முழு ஆற்றலில் 50 அல்லது 60 சதவீத ஆற்றலோடு மட்டுமே இயங்கிக் கொண்டிருக்கிறார். அதாவது, ஒரு நிறுவனத்திலுள்ள மொத்த ஊழியர்களில் பாதிப் பேரின் செயல்வல்லமை பயன்படுத்தப்பட்டுக் கொண்டிருக்கவில்லை என்று அதற்கு அர்த்தம். தங்கள் நிறுவனத்தின் இலக்குகளை அடைவதற்காக அதன் ஊழியர்கள் தங்களுடைய முழு ஆற்றலுடன் வேலை செய்கின்ற நிறுவனம்தான் சிறப்பாகச் செயல்பட்டுக் கொண்டிருக்கின்ற நிறுவனமாகும்.

உங்களுடைய ஊழியர்களை வளர்த்தெடுங்கள்

ஒரு மேலாளர் என்ற முறையில் உங்களுடைய முக்கியப் பணி உங்களுடைய ஊழியர்களை வளர்த்தெடுப்பதுதான். உங்களுக்குக் கீழே உள்ளவர்களைக் கவனித்துக் கொள்கின்ற, அவர்களை வளர்த்தெடுக்கின்ற பொறுப்பு உங்களுக்கு வழங்கப்பட்டுள்ளது. உங்களால் மதிப்புக் கூட்டக்கூடிய ஒரே விஷயம் மக்கள் மட்டுமே. கணினிகளும் பிற சாதனங்களும் நாளுக்கு நாள் மதிப்புக் குறைந்து கொண்டே வந்து ஒரு கட்டத்தில்

பயன்படுத்தப்படுவதற்குத் தகுதியில்லாதவையாக ஆகிவிடும். மக்கள் எப்படி நிர்வகிக்கப்படுகிறார்கள், பயன்படுத்தப்படுகிறார்கள் என்பதைப் பொறுத்து அவர்களின் மதிப்பை அதிகரிக்க முடியும். உங்களுக்குக் கீழே வேலை பார்க்கின்ற நபர்களுக்கு சவாலான காரியங்களைக் கொடுத்து, அவர்களுடைய திறமையைப் பெருக்கி, பிரமாதமான விளைவுகளை உருவாக்குவதன் மூலம், நிறுவனத்திற்குக் கூடுதல் பங்களிப்பை அளிப்பவர்களாக அவர்களை மாற்றக்கூடிய ஓர் அருமையான கருவிதான் வேலைப் பகிர்வு.

எல்லாவற்றையும்விட, ஒரு மேலாளர் என்ற முறையில், நீங்கள் உங்களுடைய வேலையைப் பகிர்ந்தளிப்பதன் மூலம், உங்களால் உங்களுடைய சொந்தச் செயல்திறனையும் மேம்படுத்திக் கொள்ள முடியும் என்பதுதான் வேலைப் பகிர்வின் மிக முக்கியமான நன்மையாகும். உங்களுக்குக் கீழே இருப்பவர்களிடம் உங்களுடைய வேலையைப் பகிர்ந்தளித்து, அவர்களைச் செம்மையாக மேற்பார்வை செய்வதன் மூலம் அவர்களுடைய திறமைகளையும் செயல்திறனையும் கட்டவிழ்த்துவிடுவதன் வாயிலாக உங்களால் உங்களுடைய ஆற்றலை வரம்பின்றிப் பெருக்கிக் கொள்ள முடியும்.

வேலையைப் பொறுத்தவரை, தேர்ந்தெடுப்பதற்கு உங்களுக்கு இரண்டு வழிகள் இருக்கின்றன. உங்களுக்கு வேலைகள் ஒதுக்கப்பட்டு, அவற்றைச் செய்து முடிப்பதற்கான பொறுப்பு உங்களிடம் ஒப்படைக்கப்படுகின்றபோது, ஒன்று, அந்த அனைத்து வேலைகளையும் நீங்களே செய்து முடிக்கலாம். அல்லது அவற்றைப் பிறருக்குப் பகிர்ந்தளித்து, அவர்களை வேலை வாங்கி அவற்றைச் செய்து முடிக்கலாம். உங்களுக்கு ஒதுக்கப்பட்டுள்ள வேலைகளைப் பிறரைக் கொண்டு செய்து முடிக்கின்ற உங்களுடைய திறமையின் காரணமாக, நீங்கள் மட்டுமே செய்யக்கூடிய மிக முக்கியமான விஷயங்களில் உங்களால் கவனத்தைக்

குவிக்க முடியும். உங்களுடைய இந்த வேலைப் பகிர்வுத் திறன்தான், மற்ற அனைத்தையும்விட, உங்களுடைய பதவி உயர்வு, சம்பள உயர்வு, அந்தஸ்து, கௌரவம் மற்றும் வெற்றியை அதிகமாகத் தீர்மானிக்கிறது.

அத்தியாயம் இரண்டு

வேலைப் பகிர்வின் செயல்திறனைக் கேள்விக்குள்ளாக்கும் கட்டுக்கதைகளை நிராகரியுங்கள்

மேலாளர்கள் தங்களுடைய வேலைகளைத் தங்களுக்குக் கீழே இருப்பவர்களிடம் பகிர்ந்தளிக்காமல் இருப்பதற்கு, தொழிலுலகில் பரவிக் கிடக்கின்ற பல கட்டுக்கதைகள்தாம் காரணம். அக்கட்டுக்கதைகளில் உண்மை இருக்கலாம் அல்லது இல்லாமலும் போகலாம். ஆனால், அவை மேலாளர்களின் மனத்தடைகளாக விளங்குகின்றன. அக்கட்டுக்கதைகளில் பலவற்றை நீங்கள் அறிந்திருக்கலாம், பலவற்றை நீங்கள் அறியாமல் இருக்கலாம். ஆனால், வேலையைப் பகிர்ந்தளிப்பதில்

மோசமாகச் செயல்பட்டுக் கொண்டிருக்கின்ற மேலாளர்களை நீங்கள் பார்த்தால், கீழ்க்கண்ட இந்தக் கட்டுக்கதைகளில் ஒன்றோ அல்லது அதற்கு மேற்பட்டவையோ அவர்களை ஆட்டுவித்துக் கொண்டிருப்பதை உங்களால் புரிந்து கொள்ள முடியும்.

கட்டுக்கதை 1: வேலைப் பகிர்வு செய்வதற்கு நேரமில்லை

சில நேரங்களில் மேலாளர்களுக்குத் தலைக்கு மேல் வேலைகள் குவிந்திருக்கும். பல பொறுப்புகள் அவர்களைத் திணறடித்துக் கொண்டிருக்கும். அப்போது, பிறருடன் அமர்ந்து தங்களுடைய வேலைகளை அவர்களுக்கு எடுத்துரைக்கின்ற அளவுக்குத் தங்களுக்கு நேரம் இல்லை என்று அவர்கள் நினைத்துக் கொள்வர். அவர்கள் தங்களுடைய வேலைகளைத் தங்களால் முடிந்த அளவுக்கு வேகமாகச் செய்து முடிக்கவே விரும்புகின்றனர்.

வேறு சில வேளைகளில், அவர்கள் தங்களுடைய வேலைகளில் சிலவற்றைப் பிறரிடம் ஒப்படைப்பர். ஆனால், அவற்றை அவர்களுக்கு முறையாக விளக்கி, அவற்றை எப்படிச் செய்ய வேண்டும் என்று எடுத்துரைப்பதற்கு அவர்கள் போதிய நேரத்தைச் செலவழித்திருக்க மாட்டார்கள். அவர்கள் தங்களுடைய ஊழியர்களில் ஒருவரை அழைத்து, "இதோ, இந்த வேலையை இன்ன நேரத்திற்குள் செய்து முடித்துவிடுங்கள்," என்று மொட்டையாகக் கூறி அதை அவர்களிடம் ஒப்படைத்துவிடுவர். அவர்கள் தங்களுடைய ஊழியர்களுக்கு இப்படி இடுகின்ற உத்தரவை, வேலைப் பகிர்வு என்று அவர்கள் தவறாக நினைத்துக் கொள்கின்றனர். அது உண்மையல்ல. அது வெறும் பொறுப்புத் துறப்பு மட்டுமே.

"இதைச் சரியாகச் செய்வதற்குப் போதுமான நேரம் இல்லை. ஆனால், இதன் தவற்றைத் திருத்தி,

அந்த வேலையை மீண்டும் செய்வதற்கு ஏகப்பட்ட நேரம் இருக்கிறது," என்றொரு கூற்றை நீங்கள் கேள்விப்பட்டிருக்கலாம். மோசமாக நிர்வகிக்கப்படுகின்ற நிறுவனங்களில் அல்லது துறைகளில், முதலில் ஒழுங்காக வேலைகள் பகிர்ந்து கொள்ளப்பட்டிராத காரணத்தால் விளைந்த தவறுகளையும் குழப்பங்களையும் சரி செய்வதற்காக, அந்த வேலைகள் மீண்டும் மீண்டும் செய்யப்படுகின்றன.

எதார்த்தத்தில், பயனளிக்கின்ற விதத்தில் வேலைகளைப் பகிர்ந்தளிப்பதற்கு எப்போதுமே போதுமான நேரம் இருக்கும். இதற்குப் பிறகு, உங்களுடைய வேலைகளைப் பகிர்ந்தளிப்பதற்கு உங்களுக்கு நேரமில்லை என்று ஒருபோதும் சொல்லாதீர்கள். மேம்பட்ட மற்றும் கூடுதல் விளைவுகளைப் பெறுவதற்கு உங்களுடைய நேரத்தைச் சிறப்பாகப் பயன்படுத்துவதில் முதலிடம் வகிப்பது வேலைப் பகிர்வுதான் என்பதை நினைவில் வைத்திருங்கள்.

கட்டுக்கதை 2: என் ஊழியர்களுக்குத் திறமை போதாது

பெரும்பாலான நேரங்களில், மேலாளர்கள், தங்களுக்குக் கீழே இருப்பவர்களின் திறமைகளைக் குறைத்து மதிப்பிட்டுவிடுகின்றனர். ஆனால், அவர்களுக்கு உண்மையிலேயே திறமை இருக்கிறதா என்பதைக் கண்டுபிடிப்பதற்கு, அவர்கள் அதற்கு முன்பு செய்திருந்தவற்றைத் தாண்டி அவர்களுக்கு வேலை கொடுக்க வேண்டும். அதோடு, தவறுகள் செய்யவும் அவற்றிலிருந்து கற்றுக் கொள்ளவும் அவர்களுக்கு வாய்ப்பளிக்கவும் வேண்டும்.

அது போன்று நீங்கள் மக்களுக்குப் பொறுப்பைக் கொடுக்கின்றபோது, அவர்கள் தங்களுடைய செயல்களால் உங்களுக்குப் பிரமிப்பை ஏற்படுத்துவர்.

நீங்கள் கற்பனையிலும் நினைத்துப் பார்த்திருக்காத திறமைகள் அவர்களிடம் இருப்பதை நீங்கள் காண்பீர்கள், அவர்களை வியந்து போற்றுவீர்கள். நீங்கள் அவர்களுடைய திறமைகளைப் பயன்படுத்திக் கொள்கின்றபோது, அவர்களுக்குத் தாங்கள் செய்கின்ற வேலையிலிருந்து அதிகத் திருப்தி கிடைக்கும். அது மட்டுமல்லாமல், ஒரு மேலாளர் என்ற முறையில் உங்களால் அதிக வேலைகளை முடித்திருக்கவும் முடியும். பதவி ஏணியில் நீங்கள் மேலே செல்வதற்கு அது உங்களுக்கு உதவும்.

கட்டுக்கதை 3: ஒன்றைச் செவ்வனே செய்ய வேண்டுமென்றால், அதை நீங்களேதான் செய்ய வேண்டும்

இது ஒரு தவறான புரிதல். இது உத்தரவாதமாக நிர்வாகத் தோல்வியில்தான் முடியும். நீங்கள் உண்மையிலேயே ஒன்றைச் செவ்வனே செய்ய வேண்டுமென்றால் அதை நீங்களேதான் செய்தாக வேண்டும் என்று நீங்கள் நம்பினால், நீங்கள் மேன்மேலும் கூடுதலான வேலைகளைச் செய்து கொண்டிருப்பீர்கள். உங்களுக்குக் கிடைத்துக் கொண்டிருக்கின்ற நேரம் மேன்மேலும் சுருங்கிக் கொண்டேயிருக்கும். இப்படிப்பட்ட ஓர் எண்ணம் உங்களிடம் இருந்தால், அது உங்களைப் பின்னுக்கு இழுக்கும். உங்களால் வேலையில் முன்னேறிச் செல்லக்கூடிய அளவுக்குச் சிறப்பாகச் செயல்பட முடியாமல் போய்விடும்.

வேலைகளைத் தாங்களாகவே செய்வதை விடுத்து, வேலைகளைப் பிறருக்குக் கொடுத்து அவர்களை நிர்வகிக்கின்ற நிலைக்குத் தங்களை உயர்த்திக் கொள்ள முடியாமல் போவதுதான், நிர்வாகத்தில் மக்கள் ஜொலிக்க முடியாமல் போவதற்குக் காரணம். மனிதர்களுடைய இயல்பான போக்கின் காரணமாக,

நீங்கள் உங்களுடைய சௌகரிய வட்டத்திற்கு வெளியே வர முடியாமல் அதற்குள்ளேயே உழன்று கொண்டு, அனைத்து வேலைகளையும் நீங்களே இழுத்துப் போட்டுக் கொண்டு செய்கின்ற நிலையிலேயே நீங்கள் இருந்து கொண்டிருப்பீர்கள். வேலைகளை நிர்வகிப்பதுதான் உங்களுடைய வேலையே தவிர, அவற்றைச் செய்வது அல்ல என்பதை உங்களுக்கு நீங்களே நினைவுபடுத்திக் கொள்ள வேண்டும்.

கட்டுக்கதை 4: நீங்கள் உங்களுடைய வேலைகளைப் பகிர்ந்தளித்தால் நீங்கள் முழு ஆற்றலுடன் இயங்கிக் கொண்டிருக்கவில்லை என்று அர்த்தம்

பெரும்பாலான மேலாளர்களும் நிர்வாக அதிகாரிகளும் சுயநலக்காரரர்கள். அவர்களுடைய அகங்காரம் அவர்களுடைய வேலையோடு பின்னிப் பிணைந்திருக்கும். தங்கள் வேலையில் தாங்கள் திறம்படச் செயலாற்றிக் கொண்டிருப்பதாகவும், எல்லா நேரங்களிலும் தங்களைச் சுற்றி என்ன நடந்து கொண்டிருக்கிறது என்பதை அறிந்துள்ளவர்களாகவும் மற்றவர்கள் நினைத்துக் கொள்ள வேண்டும் என்று அவர்கள் விரும்புவர். அதன் காரணமாகவே அவர்கள் தங்களுடைய வேலைகளைப் பிறருக்குப் பகிர்ந்தளிக்க முன்வருவதில்லை.

ஆனால், இதற்கு நேரெதிரானதே உண்மை. எல்லா இடங்களிலும் எல்லா நேரங்களிலும் என்ன நடந்து கொண்டிருக்கிறது என்பதை உங்களால் ஒருக்காலும் அறிந்திருக்க முடியாது. அப்படித் தெரிந்து வைத்திருக்க வேண்டிய அவசியமும் இல்லை. விஷயங்களைத் தெரிந்து வைத்திருப்பவர்களை உங்களுக்குத் தெரியும் என்பதால், அவர்களைக் கேட்டால் எல்லாவற்றையும் உங்களிடம் அவர்கள் தெரியப்படுத்திவிடப் போகிறார்கள்.

கட்டுக்கதை 5: நீங்கள் ஒரு விஷயத்தில் சிறப்பாக இருந்தால், அதை நீங்களேதான் செய்ய வேண்டும்

எண்ணற்ற நபர்கள் பல ஆண்டுகள் கடுமையாக உழைத்து, அந்த உழைப்பின் ஊடாகத் தங்கள் திறமையை வளர்த்துக் கொண்டுதான் பல ஊழியர்களை மேய்க்கின்ற மேலாளர்களாக ஆகின்றனர். உங்களுக்குப் பழக்கமாகிப் போயுள்ள வேலையைத் திறம்படச் செய்வது உங்களுக்கு ஒரு சௌகரிய வட்டத்தை ஏற்படுத்திக் கொடுக்கிறது. நீங்கள் அதைவிட்டு வெளியேற விரும்பாத காரணத்தால் அந்த வேலைகளை நீங்களே செய்து கொண்டிருப்பீர்கள்.

இங்கு நீங்கள் கடைபிடிக்க வேண்டிய விதி இதுதான். நீங்கள் பல காலம் கடினமாக உழைத்துக் கற்றுக் கொண்டு செய்கின்ற ஒரு வேலை இப்போது எளிதாகிவிட்டுள்ளது என்றால், அதை வேறொருவரிடம் கொடுத்துவிட்டு, நீங்கள் ஒரு புதிய, சவாலான வேலையைச் செய்ய முயல வேண்டும். அந்த வேலையைத் திறம்படச் செய்ய நீங்கள் கற்றுக் கொண்டுள்ளது, இப்போது உங்களை இந்த நிலைக்கு உயர்த்தி இருக்கிறது. இப்போதும் அதைப் பிடித்துத் தொங்கிக் கொண்டிருப்பதில் அர்த்தமில்லை. இப்போது இந்த வேலை பிறருக்குக் கற்றுக் கொடுக்கப்பட்டு அவர்களிடம் ஒப்படைக்கப்பட வேண்டும். எளிதான, வழமையான, வேறொரு நபரால் செய்யப்படக்கூடிய எந்தவொரு வேலையையும் நீங்கள் செய்யக்கூடாது.

'70 சதவீத விதியைக்' கடைபிடியுங்கள். ஒரு வேலையை நீங்கள் செய்கின்ற தரத்தில் 70 சதவீதத் தரத்தில் ஒருவரால் செய்ய முடிகிறது என்றால், அதை அந்த நபரிடம் ஒப்படைத்துவிட வேண்டும் என்று இந்த விதி கூறுகிறது.

நாம் இரசித்துச் செய்கின்ற வேலைகளை, நம்மை இந்த உயரத்திற்கு அழைத்து வந்திருக்கின்ற வேலைகளை

நாமே தொடர்ந்து செய்கின்ற பழக்கத்திற்கு ஆளாவது என்பது இயல்பானதுதான். ஆனால், உங்களுக்குப் பழகிப் போன இந்த வேலைகளைப் பிறரிடம் ஒப்படைத்துவிட்டு, இன்னும் அதிகப் புத்திசாலித்தனம் தேவைப்படுகின்ற, அதிகத் திறமை தேவைப்படுகின்ற, அதிகச் செயல்திறன் தேவைப்படுகின்ற வேறொரு வேலையை நீங்கள் தேர்ந்தெடுத்துக் கொள்ள வேண்டும்.

அத்தியாயம் மூன்று

வேலைப் பகிர்வின் தொடக்கப் புள்ளி

வேலைப் பகிர்வின் தொடக்கப் புள்ளி, வெற்றிகரமான நிர்வாகத்தின் பிற விஷயங்களின் தொடக்கப் புள்ளிகளைப்போலவே, மற்ற எதையும் செய்வதற்கு முன்னால் அதைப் பற்றி ஆழமாகச் சிந்திப்பதாகும். நீங்களும் உங்களுக்குக் கீழே உள்ளவர்களும் துல்லியமாக என்னென்ன செய்வீர்கள் என்பது குறித்து யோசியுங்கள். இதற்கான ஒரு நல்ல வழி இது: ஒரு குறிப்பிட்ட வேலையை எடுத்துக் கொண்டு, முதலில் அதன் நோக்கத்தை ஒரு காகிதத்தில் எழுதிக் கொள்ளுங்கள். பின், அதைக் குறிப்பிட்டக் காலக்கெடுவுக்குள் செய்து முடிப்பதற்கு என்னென்ன நடவடிக்கைகள் எடுக்க வேண்டும், அதற்குத்

தேவைப்படும் தரத்தின் அளவு என்ன போன்றவற்றைப் பட்டியலிட வேண்டும்.

நிர்வாகத்தில் ஏற்படுகின்ற பல குளறுபடிகளுக்குக் காரணம், சிந்திக்காமல் காரியத்தில் இறங்குவதுதான். இதற்கு நேர்மாறாக, நடவடிக்கையில் இறங்குவதற்கு முன்பாக அதைப் பற்றித் தீர சிந்திப்பது நிர்வாகத்தில் வெற்றி கிடைப்பதற்கு வழி வகுக்கிறது. குறிப்பாக, வேலைப் பகிர்வுக்கு இது அவசியம் தேவைப்படுகிறது.

திட்டமிடுதல் நேரத்தை மிச்சப்படுத்துகிறது

திட்டமிடுதலில் நீங்கள் ஒரு நிமிடம் செலவழித்தால், அதைச் செயல்படுத்துகின்றபோது உங்களால் பத்து முதல் பன்னிரண்டு நிமிடங்கள்வரை சேமிக்க முடியும். ஓர் இலக்கை அடைவதற்கு அல்லது ஒரு வேலையைச் செய்து முடிப்பதற்குத் தேவையான அனைத்து விஷயங்களையும் ஒரு பட்டியல் போட்டுக் கொள்ளுங்கள். ஒரு வேலையைத் தொடங்குவதற்கு முன்பு அது குறித்துத் திட்டமிடுவதற்கும், அதன் ஒவ்வொரு கட்டத்தையும் எப்படிச் செய்து முடிப்பது என்று எழுதி வைத்துக் கொள்வதற்கும் நீங்கள் எவ்வளவு அதிகமான நேரத்தைச் செலவழிக்கிறீர்களோ, அவ்வளவு விரைவாக அதை உங்களால் செய்து முடிக்க முடியும்.

செய்யப்பட வேண்டிய வேலைகள் என்னென்ன, அவை எப்போது செய்து முடிக்கப்பட வேண்டும், அவற்றின் தரம் எந்த அளவுக்கு இருக்க வேண்டும் போன்றவை குறித்துச் சிந்திப்பது வேலைப் பகிர்வின் தொடக்கப் புள்ளியாகும். துரதிர்ஷ்டவசமாக, பெரும்பாலான மேலாளர்கள், வேலைப் பகிர்வை முதலில் செய்துவிட்டு, பின்னர் அது குறித்து யோசிக்கின்றனர்.

சரியான கேள்விகளைக் கேளுங்கள்

நீங்கள் எந்தவொரு வேலையையும், அதன் நிறைவேற்றம் உங்களுடைய வேலையின் தலைவிதியை நிர்ணயம் செய்யக்கூடிய ஒன்று என்ற நினைப்புடன் அணுக வேண்டும். வேலை எந்த அளவுக்குப் பெரிதாகவும் முக்கியத்துவம் வாய்ந்ததாகவும் இருக்கிறதோ, அந்த அளவுக்கு அதை நீங்கள் தீவிரமாக அணுக வேண்டும். அதற்கு நீங்கள் சரியான கேள்விகளைக் கேட்க வேண்டும். அவற்றில் சில:

- நான் எதைச் செய்ய முயன்று கொண்டிருக்கிறேன்?
- அதை நான் எப்படிச் செய்யப் போகிறேன்?
- நான் இப்போது திட்டமிட்டுள்ளதைக் காட்டிலும் சிறந்த வழி ஏதேனும் இருக்க முடியுமா?

இன்று நீங்கள் எந்த இடத்தில் இருக்கிறீர்கள், எங்குச் சென்றடைய விரும்புகிறீர்கள், அதை அடைவதற்கான சிறந்த வழி எது என்ற யோசனையுடன் சிந்திக்கத் துவங்குங்கள்.

நீங்களே உங்களுடைய சொந்த நிர்வாக ஆலோசகராக ஆகுங்கள்

நீங்கள் என்ன செய்து கொண்டிருக்கிறீர்கள், அதை ஏன் இப்போது செய்து கொண்டிருக்கின்ற வழியில் செய்து கொண்டிருக்கிறீர்கள் போன்றவை குறித்துக் கேள்விகள் கேட்பது ஒரு நிர்வாக ஆலோசகரின் வேலை. பீட்டர் டிரக்கர் இவ்வாறு கூறியுள்ளார்: “நான் ஓர் ஆலோசகர் அல்லன். நான் ஓர் இடித்துரைப்பாளன். மக்கள் என்ன செய்ய வேண்டும் என்று நான் அவர்களிடம் கூறுவதில்லை.

அவர்கள் தங்களைக் குறித்து என்ன செய்ய வேண்டும் என்பதைத் தீர்மானிப்பதற்குத் தேவையான பதில்களை வரவழைக்கின்ற கடினமான கேள்விகளை நான் அவர்களிடம் கேட்கிறேன், அவ்வளவுதான்."

ஒரு மேலாளர் என்ற முறையில் நீங்கள் செய்யக்கூடிய சிறந்த காரியங்களில் ஒன்று, உங்களுடைய அனுமானங்களை அடையாளம் கண்டு அவற்றைச் சோதிப்பதாகும். எவை உண்மையென்று நீங்கள் அனுமானிக்கிறீர்கள்? எவற்றை நீங்கள் பிரக்ஞைபூர்வமாக அனுமானிக்கிறீர்கள்? எவற்றை நீங்கள் பிரக்ஞைபூர்வமாக அல்லாமல் அனுமானிக்கிறீர்கள்? உங்களுடைய அனுமானம் உண்மையாக இல்லாதிருந்தால்? உங்களுடைய தீர்மானங்களை எந்த யோசனைகளை அடிப்படையாகக் கொண்டு நீங்கள் எடுத்தீர்களோ அந்த யோசனைகள் சரியானவையாக இல்லாதிருந்தால்? அப்போது நீங்கள் என்ன செய்வீர்கள்?

அதை நீங்களே செய்தாக வேண்டுமா?

உங்கள் முன் இருக்கின்ற ஒவ்வொரு வேலை குறித்தும் நீங்கள் இக்கேள்விகளைக் கேட்க வேண்டும்: இதை நானே செய்தாக வேண்டுமா? அல்லது, என் கீழ் வேலை பார்ப்பவர்களில் யாராவது ஒருவருக்கு இதைப் பகிர்ந்தளிக்க வேண்டுமா? அல்லது, நிறுவனத்திற்கு வெளியே இருக்கின்ற வல்லுநர் ஒருவரிடம் இதை ஒப்படைக்க வேண்டுமா? அந்த வேலை குறித்து நீங்கள் தீவிரமாகச் சிந்தித்தால்தான், உங்களால் அது குறித்துச் சரியான தீர்மானத்திற்கு வர முடியும்.

சரியாக இருக்குமென்று நீங்கள் கருதினால், நீங்களே அதைச் செய்யுங்கள்

சில நேரங்களில், ஒரு குறிப்பிட்ட வேலையை உங்களுக்குக் கீழே இருப்பவர்களிடம் பகிர்ந்தளிக்க

வேண்டும் என்ற உங்களுடைய அனுமானம் தவறாக இருக்கலாம். அதை நீங்களே செய்வதுதான் சரியாக இருக்கும். என்னுடைய தொடக்க நாட்களில், நான் ஒரு பெரிய விளம்பர நிறுவனத்தில் ஒரு காப்பி எடிட்டராக வேலை பார்த்து வந்தேன். நான் அந்த வேலையில் இருந்தபோது, அது குறித்த ஏராளமான நூல்களை நான் படித்தேன். பின்னர் படிப்படியாக என் திறனை வளர்த்துக் கொண்டு, தேசிய அளவில் இருக்கின்ற பெரிய நிறுவனங்களுக்கு விளம்பர வாசகங்கள் எழுதும் நிலைக்கு நான் உயர்ந்தேன்.

இன்றுகூட, எந்தவொரு விஷயத்தைப் பற்றியும் மிகச் சிறந்த விளம்பர வாசகங்களை விரைவாக என்னால் எழுத முடியும். என் கீழ் வேலை பார்க்கின்ற ஒரு நபர் ஒரு விளம்பர வாசகத்தை எழுதுவதற்கு ஒரு நாள் முழுவதையும் எடுத்துக் கொள்ளக்கூடும். இறுதியில் அது திருப்திகரமாக வராமல்கூடப் போகலாம். ஆனால், அதையே என்னால் சில நிமிடங்களில் திருப்திகரமாகச் செய்து முடித்துவிட முடியும்.

இதுபோன்ற சூழல்களில், உங்களுக்குக் கீழே இருப்பவர்களிடம் அந்த வேலையை ஒப்படைப்பது அல்லது நிறுவனத்திற்கு வெளியேயுள்ள ஒருவரிடம் அந்த வேலையைக் கொடுப்பது ஆகியவற்றைவிட, சில நிமிடங்களில் அதை நீங்களே எழுதிவிடுவதுதான் புத்திசாலித்தனமானதாக இருக்கும்.

பொருத்தமான நபரைத் தேர்ந்தெடுங்கள்

ஒரு வேலையை நீங்களே செய்வதற்குப் பதிலாக, அதை உங்களுக்குக் கீழே இருப்பவரிடம் ஒப்படைப்பதுதான் சரியானதாக இருக்கும் என்றால், அதற்கு மிகவும் பொருத்தமான நபர் யாராக இருப்பார்?

நீங்கள் ஒரு வேலையைப் பகிர்ந்தளிக்கின்றபோது, அது ஒரு நபரின் திறமையோடு பொருந்தியிருப்பதை நீங்கள் உறுதி செய்து கொள்ள வேண்டும். நீங்கள்

பகிர்ந்தளிக்க முடிவு செய்துள்ள வேலையை நிறைவு செய்வதற்கான திறன் அல்லது மனப்போக்கு தனக்கு இருக்கிறது என்பதை இதற்கு முன்பு நிரூபித்திராத ஒருவரிடம் அந்த வேலையை ஒப்படைப்பது ஆபத்தை விலைக்கு வாங்குவதாகும். உங்களுடைய ஊழியர்கள் தங்களுடைய சௌகரிய வட்டத்திற்கு வெளியே செயல்பட வேண்டும் என்று நீங்கள் விரும்புவதில் தவறில்லை. ஆனால், எடுத்த எடுப்பிலேயே நீங்கள் அவர்களிடமிருந்து அளவுக்கதிகமாக எதிர்பார்க்கக்கூடாது.

ஒரு முக்கியமான விஷயத்தைச் செய்து முடிக்கக்கூடிய திறமை இல்லாத நபர்களிடம் சில குறிப்பிட்ட வேலைகளை ஒப்படைத்திருந்த காரணத்தால் எண்ணற்ற நிறுவனங்கள் கடும் பிரச்சனைக்கு உள்ளாகியுள்ளன. ஒருவருடைய வருங்காலச் செயல்திறனுக்கான கச்சிதமான முன்னுணர்த்தி, அவருடைய கடந்தகாலச் செயல்திறன்தான். ஒரு செயலைத் திறமையாகவும், விரைவாகவும், செலவு இலக்கை மீறாமலும் செய்யக்கூடிய நபர்களிடம் மட்டுமே வேலைகளைப் பகிர்ந்தளியுங்கள்.

நிறுவனத்திற்கு வெளியேயுள்ள வல்லுநர்களிடம் வேலையை ஒப்படைத்தல்

எந்த வேலையாக இருந்தாலும், அதை நிறுவனத்திற்கு உள்ளே இருப்பவர்களிடம் மட்டும்தான் கொடுக்க வேண்டும் என்று மேலாளர்கள் நினைத்துக் கொண்டிருப்பது மற்றொரு அனுமானமாகும். இன்று பல விதமான வேலைகளில் நிபுணத்துவம் பெற்றுள்ள எண்ணற்ற நிறுவனங்கள் முளைத்துள்ளன. அவற்றிடம் நீங்கள் உங்களுடைய வேலைகளை ஒப்படைத்தால், அவற்றை அவர்கள் விரைவாகவும், மேம்பட்ட விதத்திலும், குறைவான செலவிலும் செய்து கொடுப்பர்.

அனைத்தும் திட்டமிடுதலிலிருந்து தொடங்குகின்றன

ஒரு மேலாளர் என்ற முறையில் உங்களுக்குக் கிடைக்கக்கூடிய மிகப் பெரிய அறுவடை, திட்டமிடுதலிலிருந்து உங்களுக்குக் கிடைக்கக்கூடும். திட்டமிடுதல் எழுதிக் கொள்வதிலிருந்து தொடங்குகிறது. செய்யப்பட வேண்டிய காரியங்கள் என்னென்ன, அவற்றை எப்போது, எப்படிச் செய்து முடிக்க வேண்டும் போன்றவற்றை நீங்கள் முன்கூட்டியே திட்டமிட்டுக் கொள்ள வேண்டும். அந்த வேலையை நீங்களே செய்ய வேண்டுமா அல்லது பிறரிடம் ஒப்படைக்க வேண்டுமா என்ற தீர்மானத்தை எடுப்பதற்கு முன்பாக, முதலில் நீங்கள் அதைப் பற்றித் தீவிரமாகச் சிந்திக்க வேண்டும், சரியான கேள்விகளைக் கேட்க வேண்டும்.

அத்தியாயம் நான்கு

தொழிற்சாலைகளில் பின்பற்றப்படுகின்ற நிர்வாகப் பாணி

மற்றவர்களைவிடத் தெளிவாகச் சிந்திக்கின்ற திறன்தான் உங்களுடைய வெற்றிக்கு உத்தரவாதம் அளிக்கின்ற, மதிப்பு வாய்ந்த கருவியாகும். உங்களுடைய சிந்தனைக்கு உதவுகின்ற மனரீதியான கருவிகள் உங்களிடம் எவ்வளவு அதிகமாக இருக்கின்றனவோ, அவ்வளவு அதிகமாக உங்களால் மேம்பட்டத் தீர்மானங்களை மேற்கொள்ள முடியும், சிறப்பான விளைவுகளைப் பெற முடியும்.

வேலைப் பகிர்வு மூலம் சிறப்பான விளைவுகளைப் பெறுவதற்கு நீங்கள் பயன்படுத்தக்கூடிய ஒரு மனரீதியான கருவிதான் தொழிற்சாலைகளில்

பின்பற்றப்படுகின்ற நிர்வாகப் பாணி. ஒரு தொழிற்சாலையில் உள்ளதுபோல, உங்களுக்குக் கீழே பணியாற்றுகின்ற ஊழியர்களைத் தனித்தனியாகவும் ஒரு குழுவாகவும் ஒரு தொழிற்சாலையைப்போலக் கருதுவதுதான் இது.

ஒரு தொழிற்சாலையில், கச்சாப் பொருட்கள், வளங்கள், நேரம், பணம், இயந்திரங்கள் என்று பல்வேறு உள்ளீடுகள் இடம்பெற்றிருக்கும். ஒரு தொழிற்சாலைக்குள் உற்பத்தி நடவடிக்கைகள் மேற்கொள்ளப்படும். அந்த நடவடிக்கைகள் குறிப்பிட்ட விளைவுகளை ஏற்படுத்தும். ஒரு தொழிற்சாலையின் உற்பத்தித்திறன் அதன் நடவடிக்கைகளை வைத்து மதிப்பிடப்படுவதில்லை. மாறாக, அது உற்பத்தி செய்கின்ற பொருட்களின் எண்ணிக்கை மற்றும் அவற்றின் தரத்தை வைத்தே மதிப்பிடப்படுகிறது.

எதிர்பார்க்கப்படுகின்ற விளைவுகளை அடையாளம் காணுங்கள்

உங்கள் குழு, உங்கள் கிளை, உங்கள் நிறுவனம், அல்லது உங்கள் பொறுப்பில் உள்ள பகுதிகள் போன்றவற்றைப் பற்றி நீங்கள் யோசிக்கின்றபோது, அதை ஒரு தொழிற்சாலையாகக் கற்பனை செய்து பார்க்க வேண்டும். உங்களிடம் கீழ்க்கண்ட கேள்விகளைக் கேளுங்கள்:

- என்ன விளைவுகள் எங்களிடமிருந்து எதிர்பார்க்கப்படுகின்றன?
- எவற்றை நாங்கள் உற்பத்தி செய்து கொடுக்க வேண்டும்?
- நாங்கள் எதற்காக இருக்கிறோம்?
- எதற்காக நாங்கள் வேலைக்கு அமர்த்தப்பட்டிருக்கிறோம்?

வேலைப் பகிர்வும் மேற்பார்வையும்

பிரையன் டிரேசி

தமிழில்:
PSV குமாரசாமி

MANJUL
மஞ்சுள் பப்ளிஷிங் ஹவுஸ்

First published in India by

MANJUL

Manjul Publishing House
Corporate and Editorial Office
•2nd Floor, Usha Preet Complex, 42 Malviya Nagar, Bhopal 462 003 – India
Sales and Marketing Office
•C-16, Sector 3, Noida, Uttar Pradesh 201301 – India
Website: www.manjulindia.com
Distribution Centres
Ahmedabad, Bengaluru, Bhopal, Kolkata, Chennai,
Hyderabad, Mumbai, New Delhi, Pune

Tamil Translation of *Delegation & Supervision* by Brian Tracy

Tamil edition first published in 2024 by Manjul Publishing House Pvt. Ltd.

This edition first published in 2024

ISBN 978-93-5543-715-0

Translated by PSV Kumarasamy
Edited by Nagalakshmi Shanmugam
Layout by Manoranjan Kumar

Printed and bound in India by Repro India Limited

உயர்ந்த உற்பத்தித்திறனை அடைவதற்கான முயற்சி என்பது எப்போதுமே செயல்நடவடிக்கைகளுக்கும் சாதனைகளுக்கும் இடையேயான போட்டியாகவோ அல்லது மும்முரமாக இருத்தலுக்கும் விளைவுகளுக்கும் இடையேயான போட்டியாகவோ இருந்து வந்துள்ளது. எண்ணற்ற மக்கள் நாள் முழுவதும் கடினமாக உழைத்தாலும்கூடப் பெரிய விளைவுகள் எதையும் உருவாக்குவதில்லை. ஏனெனில், அவர்கள் உற்பத்தித்திறனிலும் செயல்திறனிலும் விளைவுகளிலும் கவனம் செலுத்துவதில்லை.

தனிநபர்களைத் தொழிற்சாலைகளாகப் பாருங்கள்

நீங்கள் உங்களுடைய நிறுவனத்திலுள்ள ஊழியர்களைப் பார்க்கின்றபோது, அவர்களைத் தனித்தனித் தொழிற்சாலைகளாகப் பாருங்கள். நேரம், பணம், திறன் ஆகியவைதாம் அவர்களின் முக்கியமான உள்ளீடுகள். அவர்கள் ஒரு குறிப்பிட்ட நடவடிக்கையில் நாள் முழுவதும் ஈடுபடுகின்றனர். ஒரு குறிப்பிட்ட விளைவை அடைய வேண்டிய பொறுப்பு அவர்களுடையது. விளைவுகளை உருவாக்குவதற்காக அவர்களுக்குச் சம்பளம் கொடுக்கப்படுகிறது.

உங்களுக்குக் கீழே வேலை பார்ப்பவர்கள், தாங்கள் உருவாக்க முயல்கின்ற விளைவுகளில் தங்களுடைய கவனத்தைக் குவித்திருக்கிறார்களா என்பதை உறுதி செய்து கொள்வது வேலைப் பகிர்வின் ஒரு முக்கிய அம்சமாகும். வெற்றிகரமாகத் திகழ்கின்ற மேலாளர்களின் முத்திரை, விளைவுகளில் தீவிரக் கவனத்தைக் குவிக்கின்ற போக்கு ஆகும். அந்த அளவுக்கு வெற்றிகரமாகத் திகழாத மேலாளர்கள், விளைவுகளுக்குப் பதிலாகச் செயல்நடவடிக்கைகளில் தங்களுடைய கவனத்தைக் குவிக்கின்றனர்.

நிர்வாக அனுகூலத்தை வளர்த்துக் கொள்ளுங்கள்

உங்களுடைய குழுவின் விளைவுகளைப் பெருக்கிக் கொள்வதற்கு நீங்கள் செய்யக்கூடிய சில விஷயங்கள் இருக்கின்றன. ஒரு மேலாளர் என்ற முறையில் உங்களிடம் இருக்கின்ற நிர்வாக அனுகூலத்தை நீங்கள் இதற்குப் பயன்படுத்திக் கொள்ளலாம். உங்கள் நேரத்தையும் உங்களிடம் இருக்கின்ற வளங்களையும் பயன்படுத்தி நீங்கள் உச்சபட்ச அனுகூலத்தை உருவாக்கிக் கொள்ள வேண்டும்.

எடுத்துக்காட்டாக, உங்களுடைய தொழிலின் அனைத்து உற்பத்திச் செயல்முறைகளையும் ஒரு குடையின் கீழ் கொண்டு வருவதன் மூலம், உங்களால் அதன் உற்பத்தித்திறனை அதிகரிக்க முடியக்கூடும். மறுபுறம், அந்த மொத்த உற்பத்திச் செயல்முறையையும் நிறுவனத்திற்கு வெளியே இருக்கின்ற ஒரு வல்லுநர் அமைப்பிடம் கொடுப்பதன் மூலம் உங்களால் அதே வேலையை விரைவாகவும் குறைவான செலவிலும் செய்ய முடியக்கூடும். அதாவது, ஒரு நிர்வாகி என்ற முறையில், விளைவுகளின்மீது தாக்கம் ஏற்படுத்துகின்ற தீர்மானங்களை எடுக்க உங்களுக்கு இருக்கின்ற நிர்வாக அனுகூலம் இது.

வேலைப் பகிர்வு என்பது நிர்வாக அனுகூலம் தொடர்பான ஒரு முக்கியமான அம்சமாகும். வேலையைப் பகிர்ந்தளிப்பதன் மூலம் உங்களால் விளைவுகளைப் பல மடங்கு பெருக்கிக் கொள்ள முடியும். உங்களுடைய வேலையை நீங்களே செய்வதற்குப் பதிலாக, அதை எப்படிச் செய்வது என்பதைப் பிறருக்குக் கற்றுக் கொடுத்து, அவர்களிடமிருந்து விளைவுகளைப் பெறுவதன் மூலம் உங்களால் உங்களுடைய மொத்த விளைவுகளை இருமடங்காகப் பெருக்கிக் கொள்ள முடியும்.

சுருக்குவதற்கு பதிலாகப் பெருக்குங்கள்

நிர்வாக அனுகூலம் தலைகீழாகவும் வேலை செய்யக்கூடும். இப்படிக் கற்பனை செய்து கொள்ளுங்கள். உங்களிடம் பணியாற்றிக் கொண்டிருக்கின்ற ஒரு சராசரி ஊழியர் ஒரு சராசரி வேகத்தில் வேலை செய்தால் ஒரு நாளைக்கு அவரால் பத்து அலகு வேலைகளைச் செய்ய முடிகிறது என்று வைத்துக் கொள்வோம். ஒரு மேலாளர் என்ற முறையில் நீங்கள் மேற்கொள்கின்ற நல்லதொரு தீர்மானத்தால், அந்த உற்பத்தி அளவை அதிகரிக்க முடியும். அல்லது, ஒரு தவறான தீர்மானத்தால் அதை உங்களால் குறைக்கவும் முடியும்.

எடுத்துக்காட்டாக, அந்த ஊழியர் தன் நேரத்தில் பாதியை வீணாக்கிக் கொண்டிருக்கிறார் என்று வைத்துக் கொள்வோம். ஒரு திறமையான வேலைப் பகிர்வின் மூலம், அவர் தன் வேலை நேரத்தை முழுமையாகப் பயன்படுத்திக் கொள்ள வைத்து, உங்களால் அவருடைய உற்பத்தித்திறனை ஐம்பது சதவீதம் அதிகரிக்க முடியும், அவரைப் பதினைந்து அலகு வேலைகளைச் செய்ய வைக்க முடியும்.

மாறாக, நீங்கள் வேலைப் பகிர்வை மேற்கொள்கின்றபோது, தெளிவான அறிவுறுத்தல்களை வழங்காமல் இருப்பதன் மூலம், உங்களால் அவருடைய உற்பத்தியை எட்டு அல்லது ஐந்து அலகுகளாகக் குறைக்கவும் முடியும். உங்களுடைய ஊழியரிடமிருந்து நீங்கள் என்ன எதிர்பார்க்கிறீர்கள் என்பதை அவரிடம் நீங்கள் தெளிவாக எடுத்துரைக்காமல் இருக்கின்றபோது இது நிகழக்கூடும்.

பகிர்ந்தளிக்கப்படுகின்ற வேலை குறித்தத் தெளிவு

உங்கள் ஊழியர்களிடமிருந்து நீங்கள் என்ன எதிர்பார்க்கிறீர்கள் என்பது குறித்தத் தெளிவு

அவர்களுக்கு இல்லாவிட்டால், அவர்கள் தவறு செய்வதற்குப் பயந்து சிலவற்றைச் செய்யாமல் இருப்பார்கள். அவர்கள் மும்முரமாக இருந்தாலும் தங்களுடைய நேரத்தை வீணாக்கிக் கொண்டிருப்பர். மதிப்புக் குறைந்த வேலைகளில் அவர்கள் அதிக நேரத்தைச் செலவழித்துக் கொண்டிருப்பர்.

நீங்கள் உங்களுடைய ஊழியர்களிடமிருந்து அதிகமான விளைவுகளைப் பெற்றுக் கொண்டிருக்கிறீர்களா அல்லது குறைவான விளைவுகளைப் பெற்றுக் கொண்டிருக்கிறீர்களா என்ற கேள்வியை நீங்கள் உங்களிடம் கேட்டுக் கொள்ள வேண்டும். அதாவது, உங்களுடைய செல்வாக்கின் காரணமாக அவர்களுடைய உற்பத்தித்திறன் அதிகரித்துள்ளதா அல்லது குறைந்துள்ளதா? உங்களுடைய ஊழியர்கள் அனைவருக்கும், தாங்கள் என்ன செய்ய வேண்டும், அதை எப்போது செய்ய வேண்டும், எந்தத் தரத்தில் அது இருக்க வேண்டும் என்பது தெளிவாகத் தெரியுமா?

தெளிவு இன்றியமையாதது

ஊழியர்களை ஊக்குவிக்கின்ற ஆற்றல்மிக்க உத்திகளைக் கண்டறிவதற்காக, 'டிரெயினிங்' என்ற அமெரிக்கப் பத்திரிகை, அமெரிக்கா நெடுகிலும் மனித வள அதிகாரிகளிடம் ஓர் ஆய்வு நடத்தியது. 'தங்களிடமிருந்து என்ன எதிர்பார்க்கப்படுகிறது என்பதை அறிந்திருத்தல்தான்' இருப்பதிலேயே அதிகமாக ஊழியர்களை ஊக்குவிக்கின்ற காரணி என்பதை அந்த ஆய்வு கண்டறிந்தது.

ஊழியர்களுக்கு வாய்த்திருந்த சிறந்த மேலதிகாரிகளைப் பற்றி அவர்களிடமே கேட்கப்பட்டபோது, அவர்களில் எண்ணற்றவர்கள், "எங்களிடமிருந்து என்ன வேண்டும் என்பதை அவர்கள் எங்களுக்குத் தெளிவாக உணர்த்தினர்,"

என்று குறிப்பிட்டனர்.

உங்களுக்குக் கீழே இருப்பவர்கள், நீங்கள் அவர்களிடமிருந்து என்ன எதிர்பார்க்கிறீர்கள் என்பதையும், அதை அவர்கள் எப்போது முடித்துக் கொடுக்க வேண்டும், அந்த வேலை எந்தத் தரத்தில் இருக்க வேண்டும், எவ்வளவு குறைவான செலவில் அது செய்து முடிக்கப்பட்டிருக்க வேண்டும் என்பதையும் தெளிவாக அறிந்திருக்கின்றபோது, அவர்கள் தங்களுடைய உச்சபட்ச ஆற்றலுடன் செயல்படுகின்றனர். அப்போது, அவர்களை அற்புதமாக உணரச் செய்கின்ற விளைவுகளை உருவாக்குவதற்கும், அவர்களுக்குப் பதவி உயர்வுகளைப் பெற்றுத் தருவதற்குமான வாய்ப்பு அவர்களுக்குக் கிட்டுகிறது.

ஊக்க இழப்பிற்கு வழி வகுக்கின்ற விஷயம்

அதே ஆய்வு, இன்று ஊழியர்களுக்கு மன அழுத்தம், மகிழ்ச்சியின்மை, விரக்தி போன்றவற்றை உருவாக்குகின்ற விஷயம் எது என்று அவர்களிடம் கேட்டபோது, அவர்களில் பெரும்பாலானோர் சொன்ன பதில், "எங்களிடமிருந்து என்ன எதிர்பார்க்கப்படுகிறது என்பதைத் தெளிவாக அறிய முடியாமல் இருப்பது," என்பதுதான். மேலதிகாரிகளின் மோசமான வேலைப் பகிர்வுதான் இதற்கான முக்கியக் காரணம்.

ஊழியர்கள் மோசமாக வேலை பார்ப்பதற்கும், ஊக்கமிழந்துஇருப்பதற்கும்,விரக்தி அடைந்திருப்பதற்கும் முக்கியக் காரணம், தங்களிடமிருந்து என்ன எதிர்பார்க்கப்படுகிறது என்பதை அவர்கள் தெளிவாக அறிந்திராமல் இருப்பதுதான். ஒரு மேலாளர் என்ற முறையில் உங்களால் மட்டுமே செய்யப்படக்கூடிய ஒரு விஷயம், உங்களுடைய ஊழியர்களிடமிருந்து நீங்கள் என்ன எதிர்பார்க்கிறீர்கள், எந்த முன்னுரிமையில் அவர்கள் அவற்றைச் செய்ய வேண்டும் என்பதை அவர்களுக்குத் தெளிவாக எடுத்துரைப்பதாகும்.

அத்தியாயம் ஐந்து

நீங்கள் எந்தப் பகுதியில் விளைவுகளைப் பெருக்க விரும்புகிறீர்கள் என்பதைத் தீர்மானியுங்கள்

ஒரு மேலாளர் என்ற முறையில் உங்களுடைய பொறுப்புகளை நிறைவேற்றி, உங்களுடைய தொழில் இலக்குகளை அடைவதற்கு எவற்றையெல்லாம் நீங்கள் செய்ய வேண்டுமோ அந்தப் பகுதியில் நீங்கள் உங்களுடைய கவனத்தைக் குவிக்க வேண்டும். பொதுவாக அப்படிப்பட்டப் பகுதிகள் ஐந்திலிருந்து ஏழுவரை மட்டுமே இருக்கும். உங்களுடைய வேலையில் அப்படிப்பட்ட முக்கியமான பகுதிகள் எவை

என்பதைக் கண்டறிந்து அவற்றை நிறைவேற்றுவதற்கு ஒரு திட்டத்தை உருவாக்கிக் கொள்வதும், அந்தப் பகுதிகள் ஒவ்வொன்றையும் தொடர்ந்து மேம்படுத்திக் கொண்டிருக்க முயற்சிப்பதும்தான் உங்களுடைய தலையாய பணியாக இருக்க வேண்டும்.

இதை நீங்கள் இக்கேள்வியுடன் தொடங்கலாம்: எதைச் சாதிப்பதற்காக நான் இந்த வேலையில் அமர்த்தப்பட்டேன்? எதை நிறைவேற்றுவதற்காக எனக்குச் சம்பளம் கொடுக்கப்படுகிறது?

இதிலும் நீங்கள் ஆழமாகச் சிந்தித்து அவற்றை எழுத்தில் வடிக்க வேண்டியது முக்கியம். நீங்கள் ஒரு நிறுவனத்தின் ஒரு துறை அல்லது ஒரு பிரிவின் பொறுப்பாளராக இருந்தால், அத்துறை இருப்பதற்கான தேவையை எப்படி நியாயப்படுத்துவது? உங்களிடமிருந்து உங்களுடைய நிறுவனம் என்ன எதிர்பார்க்கிறது? அது உங்களுக்கு உறுதியாகத் தெரியுமா? பொதுவாக, தங்களிடமிருந்து என்ன எதிர்பார்க்கப்படுகிறது என்பதில் கவனம் செலுத்தாமல், அன்றாடச் செயல்நடவடிக்கைகளில்தான் பெரும்பாலான மக்கள் கவனத்தைக் குவிக்கின்றனர். அப்படி நீங்கள் அன்றாட நடவடிக்கைகளில் தீவிரமாக மூழ்கிவிடுகின்றபோது, உங்களிடமிருந்து எதிர்பார்க்கப்படுகின்ற விளைவுகளிலிருந்து உங்களுடைய கவனம் சிதறிவிடுகிறது.

விளைவுப் பெருக்கம் பகுதிகள் குறித்துத் தெளிவாக இருங்கள்

விளைவுகளைப் பெருக்குவதற்கு நீங்கள் எந்தப் பகுதியில் உங்கள் கவனத்தைக் குவிக்க வேண்டும் என்பதை நீங்கள் தீர்மானிக்க வேண்டும். பின், உங்களுக்குக் கீழே உள்ளவர்களும், உங்களுக்கு மேலே உள்ளவர்களும் அவை குறித்துத் தெளிவாக அறிந்திருப்பதை நீங்கள் உறுதி செய்து கொள்ள

வேண்டும்.

விளைவுப் பெருக்கப் பகுதிகள் கீழ்க்கண்ட மூன்று முக்கிய அம்சங்களைக் கொண்டிருக்கும்:

1. அது தெளிவாகவும், திட்டவட்டமானதாகவும், அளவிடத்தக்கதாகவும் இருக்கும். அதனால், விளைவுகள் சாதிக்கப்பட்டனவா என்பதையும், எந்த அளவுக்கு அவை சரியாகச் சாதிக்கப்பட்டன என்பதையும் உங்களால் தீர்மானிக்க முடியும்.
2. அது முழுமையாக உங்கள் கட்டுப்பாட்டில் இருக்கும். அதை நீங்கள் செய்யவில்லை என்றால், வேறு ஒருவரால் அது செய்து முடிக்கப்படாது. நீங்கள் அதைச் சரியாகச் செய்தால், உங்களுடைய நிறுவனத்திற்கும் உங்களுடைய தனிப்பட்டப் பதவி உயர்வுக்கும் அது ஒரு முக்கியப் பங்களிப்பை அளிக்கும்.
3. இது தொழிலின் இன்றியமையாத ஒரு நடவடிக்கை. ஒரு முக்கியப் பகுதியில் கிடைக்கின்ற விளைவுகள், அடுத்த முக்கியப் பகுதி ஒன்றுக்கான உள்ளீடாக அமையக்கூடும்.

எடுத்துக்காட்டாக, விற்பனையில் விளைவுப் பெருக்கத்தில் தாக்கம் ஏற்படுத்துகின்ற முக்கியப் பகுதிகளில், வாடிக்கையாளர்களாக ஆக வாய்ப்புள்ள புதிய நபர்களிடம் உங்களுடைய விற்பனைப் பொருளைப் பற்றிப் பேசுவதும் ஒன்று. அப்படிப்பட்ட நபர்களைக் கண்டறிந்து அவர்களைத் தொடர்பு கொள்வது, ஒரு விற்பனையாளரைப் பொறுத்தவரை, விளைவுப் பெருக்கத்தில் தாக்கம் ஏற்படுத்துகின்ற முக்கியமானதொரு பகுதியாகும்.

வாடிக்கையாளர்களாக ஆக வாய்ப்புள்ளவர்களை அடையாளம் கண்ட பிறகு, அவர்களிடம் உங்கள்மீது நம்பிக்கை ஏற்படுத்த முயல்வது, விளைவுப் பெருக்கத்தில்

தாக்கம் ஏற்படுத்துகின்ற அடுத்த முக்கியமானதொரு பகுதியாகும். இப்படி விற்பனையில் பல முக்கியமான பகுதிகள் இருக்கின்றன. ஒன்றின் வெற்றிகரமான பூர்த்தி, அடுத்தப் பகுதிக்கு இட்டுச் செல்லும். இறுதியில் அது, திருப்தியான வாடிக்கையாளர்கள் மீண்டும் மீண்டும் வாங்குதல், அவர்கள் பிறருக்குப் பரிந்துரைத்தல் போன்றவற்றில் போய் நிறைவடையும்.

ஒரு நிறுவனத்திற்கு ஒட்டுமொத்தமாகவும், ஒவ்வொரு வேலைக்கும் தனித்தனியாகவும் விளைவுப் பெருக்கத்திற்கு வழி வகுக்கின்ற முக்கியப் பகுதிகள் இருக்கும். அவை எவை என்பதைக் கண்டறிந்து, அவற்றைச் செய்து முடிப்பதற்குத் தேவையான அனைத்து நடவடிக்கைகளையும் வடிவமைத்து, அவை நிறைவேற்றப்படுவதை உறுதி செய்து கொள்வதுதான் உங்களுடைய வேலை.

ஒரு மேலாளர் என்ற முறையில், உங்களுடைய விளைவுப் பெருக்கத்திற்கு வழி வகுக்கின்ற முக்கியப் பகுதிகளை நீங்கள் பட்டியலிட வேண்டும். இதில் உங்களுடைய தொடக்கப் புள்ளி, நாம் ஏற்கனவே பார்த்திருந்ததைப்போல, "எனக்கு ஏன் சம்பளம் வழங்கப்படுகிறது? எதைச் சாதிப்பதற்காக நான் வேலையில் அமர்த்தப்பட்டுள்ளேன்?" ஆகிய கேள்விகளாக இருக்க வேண்டும்.

அப்படிப்பட்டதொரு பட்டியலைத் தயாரித்து முடித்தவுடன், அதை நீங்கள் உங்களுடைய மேலாளரிடம் எடுத்துச் சென்று, அதில் இடம்பெற்றுள்ளவற்றை முன்னுரிமைப்படுத்தித் தரும்படி அவரிடம் கேளுங்கள். அந்தப் பட்டியலில் இடம்பெற்றுள்ளவற்றில் எவற்றை அவர் அதிக முக்கியமானவையாகவும் எவற்றைக் குறைந்த முக்கியத்துவம் வாய்ந்தவையாகவும் கருதுகிறார்? பெரும்பாலான நேரங்களில் நீங்கள் எதில் உங்களுடைய கவனத்தைக் குவிக்க வேண்டும் என்று அவர் விரும்புகிறார்? மிகச் சிறந்த விளைவுகளை நீங்கள் நிறைவேற்றிக் கொடுக்கின்றபோது, அவற்றை

அவர் எவ்வாறு அளவிடுகிறார்?

தெளிவான முன்னுரிமைகளை ஏற்படுத்துங்கள்

ஒரு தொழிலில் பற்பல காரணங்களினால் பிரச்சனைகள் உருவாகக்கூடும். ஒரு மேலாளருக்கும் அவருடைய மேலதிகாரிக்கும் விளைவுப் பெருக்கத்திற்கு வழி வகுக்கின்ற முக்கியப் பகுதிகள் குறித்தத் தெளிவு இல்லாமை அதில் முதலாவது. இரண்டாவது, முக்கியப் பகுதிகள் எவை என்று அடையாளம் காணப்பட்டப் பிறகு அவற்றை முன்னுரிமைப்படுத்தத் தவறுவது. அப்போது மதிப்புக் குறைவான விஷயங்களை மக்கள் செய்து கொண்டிருப்பர். நிர்வாக ஆலோசகரான பெஞ்சமின் டிரெகோ, ஒரு முறை, "செய்யப்படவே வேண்டியிருக்காதவற்றைச் சிறப்பாகச் செய்வதுதான் மிக மோசமான நேர விரயமாகும்," என்று கூறியிருந்தார்.

நிர்வாகத் திறமையின் ஒரு முக்கியமான அளவுகோல், விளைவுப் பெருக்கத்திற்கு இட்டுச் செல்கின்ற முக்கியமான பகுதிகள் எவை என்பதை நீங்கள் தீர்மானித்தலாகும். ஏனெனில், நீங்கள் செய்கின்ற காரியங்களின் 80 சதவீத மதிப்பை நீங்கள் செய்கின்ற 20 சதவீத நடவடிக்கைகள்தாம் தீர்மானிக்கின்றன. சில வேலைகளில், 90 சதவீத மதிப்பை நீங்கள் செய்கின்ற 10 சதவீத நடவடிக்கைகள் தீர்மானிக்கக்கூடும். அந்த 10 அல்லது 20 சதவீத நடவடிக்கைகள் எவை என்பதை நீங்கள் அறியாமல் இருந்தால், உங்களால் ஒருக்காலும் சிறப்பாகச் செயல்பட முடியாது. விளைவுப் பெருக்கத்திற்கு இட்டுச் செல்கின்ற முக்கியமான பகுதிகள் எவை என்பதை நீங்கள் அறியாமல் இருந்தால், நீங்கள் மதிப்புக் குறைவான நடவடிக்கைகளில்தான் உங்களுடைய நேரத்தை வீணாக்கிக் கொண்டிருப்பீர்கள்.

உங்களுக்கு நீங்களே தொடர்ந்து கேட்டுக் கொண்டிருக்க வேண்டிய ஒரு கேள்வி இதுதான்: "நான் மட்டுமே செய்யக்கூடிய, விளைவுகளின்மீது

பெரும் தாக்கம் ஏற்படுத்தக்கூடிய ஒரு காரியம் எது?" அந்த ஒரு விஷயத்தை நீங்கள் செய்யவில்லை என்றால், அதை வேறு எவரும் செய்யப் போவதில்லை. அதனால், உங்களுடைய பிரிவின் செயல்திறன் வெகுவாக பாதிக்கப்படும். அதே வேளையில், அதை நீங்கள் சிறப்பாகச் செய்தால், விளைவுகளிலும் உற்பத்தித்திறனிலும் அது பெரும் தாக்கம் ஏற்படுத்தும்.

சரியான நபர்களைக் கண்டறியுங்கள்

ஒரு மேலாளரைப் பொறுத்தவரை, விளைவுப் பெருக்கத்திற்கு இட்டுச் செல்கின்ற முக்கியமான பகுதிகளில், சரியான நபர்களை வேலைக்கு எடுத்து அவர்களுக்குச் சரியான வேலைகளை ஒதுக்குவதும் ஒன்று. 'குட் டு கிரேட்' என்ற தன்னுடைய புத்தகத்தில் ஜிம் காலின்ஸ் குறிப்பிட்டுள்ளபடி, "பேருந்தில் சரியான நபர்களை ஏற்றிக் கொள்ளுங்கள். மோசமான நபர்களை அதிலிருந்து இறக்கி விட்டுவிடுங்கள். அதன் பிறகு, சரியான நபர்களைச் சரியான இருக்கைகளில் உட்கார வையுங்கள்."

ஒரு மேலாளர் என்ற முறையில், சரியான நபர்களைக் கண்டறிந்து, நேர்முகம் செய்து, அவர்களைக் கவனமாகத் தேர்ந்தெடுத்து, அவர்களுடைய திறமைக்கு ஏற்றப் பொருத்தமான வேலைகளில் அவர்களை உட்கார வைக்கின்ற பணியை உங்கள் ஒருவரால் மட்டுமே செய்ய முடியும். அதை நீங்கள் செய்யாவிட்டால், அதை வேறு எவரும் செய்யப் போவதில்லை. ஆனால், சரியான நபர்களைத் தேர்ந்தெடுத்து ஒரு திறமையான குழுவை உங்களால் உருவாக்க முடிந்தால், உங்களுடைய நிறுவனத்திற்கு உங்களால் அசாதாரணமான பங்களிப்பை வழங்க முடியும்.

உங்களுடைய ஊழியர்களுக்கான விற்பனைப் பெருக்க விளைவுகளைத் தீர்மானியுங்கள்

"எனக்கு எதற்காகச் சம்பளம் வழங்கப்படுகிறது?" என்ற கேள்விக்கான விடையை உங்களுக்கு நீங்களே கொடுத்துக் கொண்ட பிறகு, நீங்கள் உங்களிடம் அடுத்துக் கேட்டுக் கொள்ள வேண்டிய கேள்வி இதுதான்: "என் ஊழியர்களுக்கு எதற்காகச் சம்பளம் வழங்கப்படுகிறது?"

இங்கும் நீங்கள் சிந்தித்து அவற்றை எழுத்தில் வடித்துக் கொள்ளுங்கள். உங்களுக்குக் கீழே பணிபுரிபவர்களின் பட்டியல் ஒன்றைத் தயாரியுங்கள். பிறகு, அவர்களுடைய பெயர்களுக்கு எதிரே, எந்த முக்கியமான விற்பனைப் பெருக்க விளைவை ஏற்படுத்துவதற்காக அவர்கள் வேலைக்கு எடுத்துக் கொள்ளப்பட்டிருந்தனர் என்பதை எழுதிக் கொள்ளுங்கள். அடுத்து முடிந்தால், அவற்றை முக்கியத்துவத்தின் அடிப்படையில் முன்னுரிமைப்படுத்திக் கொள்ளுங்கள். தங்களுக்குக் கீழே பணிபுரிபவர்களிடமிருந்து எதிர்பார்க்கப்படுகின்ற முக்கியமான விளைவுகள் குறித்தத் தெளிவு மிகக் குறைவான மேலாளர்களுக்கே இருக்கிறது என்ற செய்தி உங்களுக்கு அதிர்ச்சியளிக்கலாம்.

உங்களுடைய ஊழியர்கள் முக்கியமான விளைவுகளைப் பெற உதவுங்கள்

உங்களுடைய ஊழியர்கள் அவர்களுடைய ஆகச் சிறந்தச் செயல்திறனை வெளிப்படுத்துவதற்கான வாய்ப்புகளை வழங்க வேண்டியது ஒரு மேலாளர் என்ற முறையில் உங்களுடைய கடமையாகும். அவர்களுக்கு வழங்கப்பட்டுள்ள வேலைகளில் எது முக்கியமானது என்பதையும், அதை அவர்கள் செய்து முடிக்கின்றபோது அதை நீங்கள் எப்படி

அளவிடுவீர்கள் என்பதையும் அவர்கள் துல்லியமாக அறிந்திருந்தால் மட்டுமே இது சாத்தியம். உங்களுடைய ஊழியர்களிடம், அவர்களுடைய வேலை என்ன என்பதைத் தெளிவுபடுத்தி, அதன் நிறைவேற்றத்தை நீங்கள் எவ்வாறு அளவிடுவீர்கள் என்பதை எடுத்துரைக்கின்றபோது, அவர்கள் தங்களுக்கும் தாங்கள் சார்ந்துள்ள நிறுவனத்திற்கும் முக்கியமான விளைவுகளை ஏற்படுத்துகின்ற விஷயங்களில் தங்களுடைய கவனத்தைக் குவிக்கத் தங்களை அர்ப்பணித்துக் கொள்வார்கள்.

அதனால், நீங்கள் உங்களுடைய ஊழியர்கள் குறி வைப்பதற்கு ஓர் இலக்கை அவர்களுக்குக் கொடுங்கள். உங்களுடைய ஊழியர்கள் தெளிவான இலக்குகளையும் திட்டவட்டமான முன்னுரிமைகளையும் கொண்டிருக்கும்போதுதான், அவர்களால் உச்சபட்சச் செயல்திறனுடன் செயல்பட முடியும், நீங்கள் விரும்புகின்ற உன்னதமான விளைவுகளை உங்களுக்காக உருவாக்கிக் கொடுக்க முடியும்.

அத்தியாயம் ஆறு

உன்னதமான செயல்திறனுக்கான தரத்தை நிர்ணயம் செய்யுங்கள்

உங்களுடைய ஊழியர்கள் தங்களுடைய ஆகச் சிறந்த ஆற்றலுடன் இயங்க வேண்டும் என்று நீங்கள் விரும்பினால், உன்னதமான செயல்திறனுக்கான தரத்தை நீங்கள் நிர்ணயம் செய்ய வேண்டும். தாங்கள் எதற்காக வேலைக்கு எடுத்துக் கொள்ளப்பட்டிருக்கிறோம், எதைச் சாதிக்க வேண்டும் என்று தங்களிடமிருந்து எதிர்பார்க்கப்படுகிறது, உன்னதமான செயல்பாடு என்றால் என்ன ஆகியவற்றை உங்கள் ஊழியர்கள் துல்லியமாக அறிந்திருக்க வேண்டும்.

ஒவ்வொரு வேலைக்கும் உன்னதமான தரத்தை வரையறை செய்து, அதைச் செய்ய வேண்டிய நபர்களுக்கு அதை ஓர் இலக்காக நிர்ணயிக்க வேண்டியது

ஒரு மேலாளரின் வேலை. ஆற்றல்மிக்க நிர்வாகிகள், தங்களுடைய நிறுவனத்திற்கு ஒட்டுமொத்தமாகவோ அல்லது ஒவ்வொரு பிரிவுக்கும் ஒவ்வொரு வேலைக்கும் தனித்தனியாகவோ உன்னதமான செயல்திறன் என்ன என்பதை நிர்ணயிப்பர்.

சராசரிச் செயல்திறனுக்கும் உன்னதமான செயல்திறனுக்கும் இடையே ஒரு முக்கியமான வேறுபாடு இருக்கிறது. ஓர் ஊழியர் தன் வேலை பறிபோய்விடாமல் இருப்பதற்கு அல்லது பதவிக் குறைப்புச் செய்யப்படாமல் இருப்பதற்குச் செய்கின்ற குறைந்தபட்ச வேலை, சராசரிச் செயல்திறனை வெளிப்படுத்துகின்ற ஒன்று. ஓர் ஊழியர் தனக்கு அதிகமான ஊதிய உயர்வும் தொடர்ந்து பதவி உயர்வும் கிடைத்துக் கொண்டிருக்கின்ற விதத்தில் செயல்படுவது என்பது உன்னதமான செயல்திறனை வெளிப்படுத்துகின்ற ஒன்றாகும்.

உன்னதமான தரத்தை நிர்ணயிப்பது சிறப்பான வேலைப் பகிர்வுக்கு இன்றியமையாதது. நீங்கள் உங்களுடைய வேலைகளில் ஒன்றை மற்றொருவரிடம் ஒப்படைக்கின்றபோது, அந்த நபர் அதை மிக உயர்ந்த தரத்துடனும் செயல்திறனுடனும் செய்வார் என்பதை நீங்கள் முதலிலேயே அறிந்து கொள்ள விரும்புவீர்கள்.

அளவிடுதலை அடித்தளமாகக் கொண்ட நிர்வாகப் பாணி

இன்று எந்தவொரு நிறுவனத்திலும் பரபரப்பாகப் பேசப்பட்டுக் கொண்டிருக்கின்ற விஷயம், செயல்திறனை அளவிடுவது தொடர்பானதுதான். இதற்கு, எதிர்பார்க்கப்படுகின்ற தரம், நிர்ணயிக்கப்பட்டுள்ள வரையறை மற்றும் இன்னும் பல வார்த்தைகளை நிர்வாகத்தினர் பயன்படுத்துகின்றனர். அவை எந்த வார்த்தைகளாக இருந்தாலும் சரி, அனைத்துத் தொழில் நடவடிக்கைகளும் ஏதோ ஒரு விதத்தில்

அளவிடத்தக்கவை என்பதையே அவை வலியுறுத்துகின்றன. இந்த அளவிடுதலை அடித்தளமாகக் கொண்ட நிர்வாகப் பாணியில்தான், தனிப்பட்ட நபருக்கும் சரி, நிறுவனத்திற்கும் சரி, தொடர்ச்சியான மேம்பாட்டை உறுதி செய்வது சாத்தியப்படும். விற்பனை மற்றும் இலாப அதிகரிப்பிற்கு, அனைத்து நடவடிக்கைகளையும் அளவிடுவதற்கு உறுதி பூணுதல் இன்றியமையாதது.

"எவை அளவிடப்படுகின்றனவோ அவைதாம் செய்து முடிக்கப்படுகின்றன," என்பது விதி. மற்ற அனைத்தையும்விட, செம்மையான நிர்வாகத்திற்கான விதிகளில் இது மிக முக்கியமான விதியாகும். செயல்பாட்டில் உன்னதத்தை நீங்கள் நிர்ணயிக்க வேண்டுமென்றால், நேரம், பணம், விற்பனை அளவு போன்றவற்றின் அடிப்படையில் அதை உங்களால் அளவிட முடிய வேண்டும். அதிர்ஷ்டவசமாக, அனைத்துத் தொழில் நடவடிக்கைகளையும் ஏதோ ஒரு விதத்தில் அளவிட்டுவிட முடியும். ஏதாவது ஒரு நடவடிக்கையை நீங்கள் அளவிடாமல் விட்டுவிட்டால், அந்த வேலை சிறப்பாகச் செய்து முடிக்கப்பட்டுள்ளதா என்பதை எவரொருவராலும் சொல்ல முடியாது.

அளவீட்டு எண்களை வெளிப்படையாக அறிவியுங்கள்

இரண்டாம் உலகப் போருக்குப் பின் ஜப்பான் பொருளாதார வளர்ச்சியில் பெரும் பாய்ச்சலை ஏற்படுத்துவதற்கு உறுதுணையாக இருந்த எட்வர்ட்ஸ் டெமிங், தரக் கட்டுப்பாட்டிற்குப் பதினான்கு அம்சத் திட்டம் ஒன்றை உருவாக்கினார். அந்த அம்சங்களில், 'அளவீட்டு எண்களை வெளிப்படையாக அறிவியுங்கள்' என்பதும் ஒன்று.

நிறுவனங்கள் தம்முடைய ஊழியர்களின் அனைத்து நடவடிக்கைகளையும் எண்களின்

வடிவில் அளவிடத்தக்கவையாக வரையறுக்க வேண்டுமென்று எட்வர்ட்ஸ் வலியுறுத்துகிறார். பின் அவற்றைக் கொட்டை எழுத்துகளில் அச்சிட்டு, ஊழியர்களின் கண்களில் எளிதாகத் தென்படுகின்ற விதத்தில் நிறுவனத்தில் பல இடங்களிலும் ஒட்டி வைக்குமாறு அவர் பரிந்துரைக்கிறார். தங்களுடைய செயல்பாடு எப்படி இருக்க வேண்டும் என்பதையும், அது எவ்வாறு அளவிடப்படுகிறது என்பதையும் ஒரு நிறுவனத்திலுள்ள ஊழியர்களில் எவ்வளவு அதிகமான பேர் அறிந்து வைத்திருக்கிறார்களோ, அந்த அளவுக்கு, அந்த எண்களை உயர்த்துவதற்கு அவர்கள் அர்ப்பணிப்புடனும் உறுதியுடனும் செயல்படுவர் என்பதை எட்வர்ட்ஸ் கண்டறிந்துள்ளார்.

செயல்திறனை அடிக்கடி அளவிடுங்கள்

நான் எட்வர்ட்ஸின் கொள்கைகளைப் பற்றிப் படித்தச் சில காலத்திலேயே, வீடுமனை வாங்கல் மற்றும் விற்றல் தொழிலில் ஈடுபட்டிருந்த ஒரு நிறுவனத்திற்கு ஆலோசனை வழங்க நான் அழைக்கப்பட்டேன். அந்த நிறுவனத்தில் மொத்தம் 32 விற்பனையாளர்கள் இருந்தனர். அந்த விற்பனையாளர்கள் எவற்றையெல்லாம் எந்த விலையில் விற்றுள்ளனர் என்ன விபரத்தை அச்சடித்து அலுவலகத்தில் ஒட்டலாம் என்று நான் பரிந்துரைத்தேன். அதில் அதிகமாக விற்றுள்ளவர்களின் பெயர்கள் முதலிலும் மிகக் குறைவாக விற்றிருந்த நபரின் பெயர் அடிமட்டத்திலும் இடம்பெறும். அந்தப் பட்டியல் அந்த நிறுவனத்தின் ஊழியர்களின் அறையில் ஒட்டப்பட்டிருந்ததால், அதை அவர்கள் தினமும் பார்க்க நேர்ந்தது. அதன் விளைவாக அங்கு ஒரு சுவாரசியமான விஷயம் நிகழ்ந்தது. அந்த பட்டியலில் தங்களுடைய பெயர் முதலில் இடம்பெற்றிருந்தாலும் சரி, கடைசியில் இடம்பெற்றிருந்தாலும் சரி, அந்த விற்பனையாளர்கள் எப்போதும் தங்களுக்கு மிக

நெருக்கமாக இருந்தவர்களோடு மட்டுமே தங்களை ஒப்பிட்டுக் கொண்டனர். அவர்கள் ஒருபோதும் பத்தாவது அல்லது இருபதாவது இடத்திலிருந்து முதலாவது இடத்திற்குத் தாவ முயலவில்லை. ஆனால், அந்தப் பட்டியலில் தங்களுக்கு மேலே இருந்த நபரைத் தாண்டுவதற்குத் தங்களால் ஆன அனைத்து முயற்சிகளையும் அவர்கள் மேற்கொண்டனர். அந்த இடத்திலிருந்தவர்கள், தங்களுடைய இடத்தைத் தங்களுக்குக் கீழே இருப்பவர்கள் பிடிப்பதற்கு அனுமதிக்கவில்லை என்பதைத் தனியாகக் குறிப்பிட்டுச் சொல்லத் தேவையில்லை.

அந்தப் பட்டியலை வாராவாரம் வெளியிட்டதன் மூலம், அந்த நிறுவனம் தன்னுடைய விற்பனையாளர்களுக்கு இடையே ஒரு துடிப்பான போட்டியை உருவாக்கியது. அவர்கள் குறைந்தபட்சம் ஒரு படி மேலே செல்ல முயன்றனர், அல்லது தங்களுடைய இடத்தை இழக்காமல் இருப்பதற்குத் தங்களால் முடிந்த அனைத்தையும் செய்தனர்.

ஓராண்டுக்கு உள்ளாகவே, அந்தக் கிளை, அந்த நகரில் அந்த நிறுவனத்திற்குச் சொந்தமாக இருந்த பிற 22 கிளைகளையும் விற்பனையில் பின்னுக்குத் தள்ளிவிட்டு முன்னேறியது. அளவிடுவதற்கு ஒரு தெளிவான வரைமுறையை வகுத்து, விற்பனையாளர்கள் தங்களுடைய சொந்தச் செயல்திறனையும், பிறருடன் ஒப்பிடுகையில் தாங்கள் எந்த நிலையில் இருந்தோம் என்பதையும் அறிந்து கொள்ளச் செய்தது விற்பனையில் பெரும் தாக்கத்தை ஏற்படுத்தியிருந்தது.

தேசிய அளவிலான ஒப்பீடும் நன்றாக வேலை செய்யும்

அமெரிக்காவின் பல நகரங்களில் கிளை விரித்திருந்த ஒரு தேசிய நிறுவனம் என்னுடைய வாடிக்கையாளர்களில் ஒன்று. அவர்கள் இந்தச் 'சமூக

ஒப்பீட்டு' முறையைத் தங்களுடைய நிறுவனத்தில் அமல்படுத்தினர். ஒவ்வொரு மாதத்தின் தொடக்கத்திலும், அந்த நிறுவனம் தன் கிளைகளின் மேலாளர்களுக்கு ஒரு விரிவான அறிக்கையை அனுப்பி வைத்தது. அதில், விற்பனை மற்றும் இலாபத்தின் அடிப்படையில் அந்த நிறுவனத்தின் அனைத்துக் கிளைகளின் தரவரிசைப் பட்டியல் ஒன்று தயாரிக்கப்பட்டிருக்கும். அதில் அந்தக் கிளை எந்த இடத்தில் இருக்கிறது என்பதை அந்த மேலாளர்கள் அறிந்து கொள்ளலாம். அத்துடன், ஒவ்வொரு கிளையிலுமுள்ள விற்பனையாளர்களின் தனிப்பட்ட விற்பனைகளின் தரவரிசைப் பட்டியல் ஒன்றையும் அந்த நிறுவனம் தயாரித்து அனுப்பி வைத்தது.

வெகு விரைவில் அந்த நிறுவனத்தில் ஒரு பெரும் மாற்றம் நிகழத் தொடங்கியது. அந்த நிறுவனத்தின் கிளை மேலாளர்கள் ஒவ்வொருவரும், நிறுவனத்தின் தரவரிசைப் பட்டியலில் தங்களுக்கு அடுத்த மேல் நிலையிலிருந்த கிளையின் விற்பனையைக் கடந்து செல்வதில் தங்களுடைய முழுக் கவனத்தையும் குவித்தனர். அந்த மேலாளர்கள், ஒருபோதும் பத்தாவது அல்லது இருபதாவது இடத்திலிருந்து முதலாவது இடத்திற்குத் தாவ முயலவில்லை. ஆனால், அந்தப் பட்டியலில் தங்களுக்கு மேலே இருந்த கிளையைத் தாண்டுவதற்குத் தங்களால் ஆன அனைத்து முயற்சிகளையும் அவர்கள் மேற்கொண்டனர். இதன் விளைவாக, அந்த நிறுவனத்திலிருந்த அனைத்துக் கிளைகளின் விற்பனையும் உயர்ந்தது. அந்த நிறுவனத்தின் ஒட்டுமொத்த விற்பனை பன்மடங்கு பெருகியது.

உன்னதத்தை அடைவதற்காகப் பாடுபடுங்கள்

உன்னதமான செயல்திறன் ஒருவரை ஊக்குவிக்கும். ஆனால், ஒரு சராசரியான வேலையைச் செய்வது

என்பது எவரையும் ஊக்குவிக்காது. ஒருவர் தன் வேலையை மோசமாகச் செய்து வந்தால், அவருடைய சுயமதிப்பு குறையும், அவர் நாளுக்கு நாள் ஊக்கமிழந்து கொண்டே வருவார். ஆனால், அவர் தன்னுடைய வேலையைச் சிறப்பாகச் செய்து, அந்த வேலைக்காக அவர் பாராட்டப்பட்டால், அவருடைய சுயமதிப்பு அதிகரிக்கும். தன்னுடைய வேலையை மீண்டும் மீண்டும் சிறப்பாகச் செய்ய அவர் ஊக்குவிக்கப்படுவார்.

'வேலை பார்ப்பதற்கு மிகச் சிறந்த இடம்' என்ற பட்டியலில் இடம்பெற்றிருக்கும் நிறுவனங்களை நீங்கள் ஆராய்ந்தால், அவை அனைத்தும் உன்னதமான தரங்களை நிர்ணயம் செய்துள்ளது உங்களுக்குத் தெரிய வரும். நீங்கள் உங்களுடைய ஊழியர்களை, அவர்களுடைய விளைவுப் பெருக்கத்திற்கு இட்டுச் செல்கின்ற முக்கியப் பகுதிகளை அடையாளம் காண்பதற்கும், அவர்களுடைய செயல்திறன் அளவிடப்படுவதற்குத் தரங்களை நிர்ணயித்துக் கொள்வதற்கும் ஒப்புக் கொள்ளச் செய்தால், வேலைப் பகிர்வு, நிர்வாகம் ஆகிய இரண்டிலும் நீங்கள் மேன்மேலும் மேம்பட்டவராக ஆகிக் கொண்டேயிருப்பீர்கள்.

அவர்களை வெற்றியாளர்களாக உணரச் செய்யுங்கள்

ஊக்குவிப்பைப் பொறுத்தவரை ஒவ்வொருவரும் விரும்புவது எது? ஒவ்வொருவரும் வெற்றியாளர்களாக ஆக விரும்புகின்றனர். மக்கள் தங்களைப் பற்றிச் சிறப்பாக உணர விரும்புகின்றனர். அது மட்டுமல்லாமல், அவர்கள் எதில் சிறப்பாகச் செயல்பட்டுக் கொண்டிருக்கிறார்களோ அதற்காகத் தாங்கள் பிறரால் கொண்டாடப்பட வேண்டும் என்றும் அவர்கள் ஆசைப்படுகின்றனர்.

வெற்றியுணர்வைப் பெறுவதற்கு நீங்கள் வெற்றி

பெற வேண்டும், வெற்றிக் கோட்டை முதலில் தாண்ட வேண்டும்; உங்களுடைய உயர்ந்த தரத்தைப் பிறர் பார்த்துப் பாராட்ட வேண்டும்.

மற்றொரு முக்கியமான விஷயம். விளைவுப் பெருக்கம் மற்றும் உன்னதமான செயல்திறனுக்கான தரத்தை நீங்கள் நிர்ணயிக்கின்றபோது, உங்களுடைய ஒவ்வோர் உறுப்பினருக்கும் ஒரு 'வெற்றிக் கோட்டை' நீங்கள் நிர்ணயிக்கிறீர்கள். அவர்கள் ஒவ்வொரு முறையும் ஒரு வேலையைத் துவக்கி, உன்னதமான தரத்துடன் அதை நிறைவேற்றுகின்றபோது, அவர்கள் வெற்றியாளர்களைப்போல உணர்கின்றனர். அதன் காரணமாக, அவர்களுடைய சுயமதிப்பு அதிகரிக்கிறது. தாங்கள் திறமையானவர்கள் என்று அவர்கள் உணர்கின்றனர்.

ஊக்குவிப்பிற்கு ஐந்து முக்கியக் காரணிகள் இருக்கின்றன. அவை:

1. தெளிவான இலக்குகள், நோக்கங்கள், மற்றும் விளைவுப் பெருக்கப் பகுதிகள்.
2. அளவிடத்தக்கத் தெளிவான தரங்கள்.
3. உன்னதச் செயல்திறனுடன் ஒரு வேலையை முடிப்பதன் மூலம் உருவாகின்ற வெற்றி அனுபவங்கள்.
4. மேலதிகாரி மற்றும் பிறருடைய அங்கீகாரங்கள்.
5. ஒரே வேலையை உன்னதமாக நிறைவேற்றியதற்காக வழங்கப்படுகின்ற வெகுமதிகள்.

ஒரு மேலாளர் என்ற முறையில், உங்களுடைய ஊழியர்களை வெற்றியாளர்களாக உணர வைப்பதற்கு நீங்கள் உங்களால் முடிந்த அனைத்தையும் செய்ய வேண்டும். அதற்கு நீங்கள், விளைவுப் பெருக்கப் பகுதியை அடையாளம் காணுதல், உன்னதமான செயல்திறனை அடைவதற்கான தரத்தை நிர்ணயித்தல்

ஆகிய இரட்டைக் கருவிகளைப் பயன்படுத்தி, அவர்கள் வெற்றிச் சாதனைகளை நிகழ்த்த உங்களால் உதவ முடியும்.

அத்தியாயம் ஏழு

நோக்கங்களின் அடிப்படையிலான நிர்வாகம்

'நோக்கங்களின் அடிப்படையிலான நிர்வாகம்' என்பது வேலைப் பகிர்வுக்கான ஓர் ஆற்றல்மிக்க உத்தியாகும். உங்களுடைய ஊழியர்களுடன் அமர்ந்து, ஒரு மாதம் முதல் ஓராண்டுவரைக்கான காலகட்டத்தில், நடைமுறைச் சாத்தியமுள்ள, அளவிடத்தக்க நோக்கங்களை உருவாக்குவதற்குத் திட்டமிடுவதற்கு இந்த உத்தியை நீங்கள் பயன்படுத்திக் கொள்ளலாம்.

ஒரு குறிப்பிட்ட வேலைத் திட்டத்திற்குச் சரியான நபரைத் தேர்ந்தெடுப்பதிலிருந்து இது தொடங்குகிறது. பின் அந்த நபருடன் சேர்ந்து அமர்ந்து, காலக்கெடுவுடன்கூடிய ஒரு திட்டத்தை நிறைவேற்றுவதற்கு நீங்கள் அவரை ஒப்புக் கொள்ள வைக்க வேண்டும். இதற்கு உங்கள் இருவருக்கும்

இடையே விரிவான விவாதங்கள் மேற்கொள்ளப்பட வேண்டும். ஒருவருக்கொருவர் சில விஷயங்களை விட்டுக்கொடுக்கத் தயாராக இருக்க வேண்டும்.

விவாதங்கள் அர்ப்பணிப்பை வளர்த்தெடுக்கும்

ஒரு குறிப்பிட்ட வேலை குறித்து ஓர் ஊழியர் எவ்வளவு அதிகமாகத் தன்னுடைய மேலாளருடன் கலந்து ஆலோசிக்கிறாரோ, அவர் அந்த வேலையைத் தொடங்கும்போது, அதைச் செய்து முடிப்பதில் அவ்வளவு அதிக அர்ப்பணிப்போடு செயல்படுவார்.

கலந்துரையாடலுக்கும் அர்ப்பணிப்புக்கும் இடையே ஒரு நேரடித் தொடர்பு இருப்பதுபோலத் தெரிகிறது. ஒரு மேலாளர் என்ற முறையில் உங்களுடைய இலக்கு, நீங்கள் யாருக்கு அந்த வேலையைப் பகிர்ந்தளிக்கிறீர்களோ அவர் அதைத் தன்னுடைய சொந்தத் திட்டமாகக் கருதி அதற்கு முழுப் பொறுப்பும் ஏற்றுக் கொள்ளும்படி செய்வதாகும்.

இதை நீங்கள் வெறும் ஐந்து நிமிடங்களில் செய்து முடித்துவிட முடியாது. நீங்கள் இருவரும், அதற்குக் காலக்கெடுக்களுடன்கூடிய தெளிவான இலக்குகளை நிர்ணயிக்க ஒப்புக் கொள்வதற்கான விவாதத்தில் நீண்டகாலம் ஈடுபட வேண்டியிருக்கும்.

பின்பற்றப்பட வேண்டிய நடைமுறைகளை விவாதித்து ஏற்றுக் கொள்ளுங்கள்

நீங்கள் உங்களுடைய இலக்குகள் குறித்தத் தெளிவைப் பெற்றதும், அடுத்து, அந்த வேலையைச் செய்து முடிப்பதற்கு ஒரு திட்டத்தை விவாதித்து ஏற்றுக் கொள்ளுங்கள். இது ஒரு மேலாளருக்கும் அவருக்குக் கீழே பணியாற்றிக் கொண்டிருக்கின்ற ஓர் ஊழியருக்கும் இடையே நடைபெறுகின்ற

கலந்துரையாடல்கள் பலவற்றை உள்ளடக்கியிருக்கும். அவர்கள் தங்களுக்குள் ஏற்கனவே ஒப்புக் கொண்டுள்ள இலக்குகள் எப்படி அடையப்பட வேண்டும் என்பது குறித்துத் துல்லியமான திட்டம் ஒன்றைத் தயாரிக்க வேண்டும்.

அந்தக் குறிப்பிட்ட வேலையில் அந்த ஊழியருக்கு உள்ள அனுபவத்தையும் அவருடைய திறமையையும் பொறுத்து இதற்கு ஆகின்ற நேரம் வேறுபடும். உங்களுடைய ஊழியர், கடந்தகாலங்களில் இதைப் போன்ற வேறு சில வேலைகளை திருப்திகரமாகச் செய்திருந்தாரெனில், அவருடனான கலந்துரையாடல் சுருக்கமாக முடிந்துவிடும். அந்த நபரிடம் நீங்கள், "இதை இந்த நாளுக்குள் செய்து முடிக்க வேண்டியிருக்கிறது. உங்களுக்கு இது குறித்து ஏதேனும் கேள்விகள் இருக்கின்றனவா?" என்று மட்டும் கேட்டால் போதும். பொதுவாக, காலக்கெடு, அட்டவணைப்படுத்துதல், செலவு வரம்பு போன்ற விஷயங்கள் குறித்துச் சில சந்தேகங்கள் இருக்கலாம். இந்தக் கேள்விகளுக்கு நீங்கள் பதிலளித்துவிட்டால், அந்த வேலையை நீங்கள் தேர்ந்தெடுத்துள்ள நபரிடம் ஒப்படைத்துவிட்டு, அதைப் பற்றி மறந்துவிடலாம். அந்த நபர் மீண்டும் ஒரு முறை நீங்கள் கொடுக்கின்ற வேலையைத் திருப்திகரமாக நிறைவேற்றுவார் என்ற நம்பிக்கை உங்களிடம் இருக்கும் என்பதுதான் அதற்குக் காரணம்.

அடிக்கடிப் பரிசீலனை செய்து ஒப்பிட்டு நோக்க வேண்டும்

நீங்கள் ஒரு வேலையை உங்களுடைய ஓர் ஊழியரிடம் கொடுத்தப் பிறகு, அதை அடிக்கடிப் பரிசீலித்து வர வேண்டும். ஏற்கனவே ஒப்புக் கொள்ளப்பட்டுள்ள விளைவுகள் உண்டாகிக் கொண்டிருக்கின்றனவா என்று ஒப்பிட்டுப் பார்க்க வேண்டும். எடுத்துக்காட்டாக, நீங்களும் உங்களுடைய

விற்பனையாளரும் அடுத்தப் பன்னிரண்டு மாதங்களுக்குள் ஒரு குறிப்பிட்ட விற்பனை இலக்கை அடைய ஒப்புக் கொண்டிருக்கிறீர்கள் என்று வைத்துக் கொள்வோம். அப்போது, நீங்கள் மாதாமாதம் அவருடைய விற்பனை அளவை ஒப்பிட்டுப் பார்க்க வேண்டும்.

நீங்கள் ஒதுக்குகின்ற பணிகள் குறித்து உங்களிடம் அடிக்கடி வந்து விளக்கம் கேட்காமல், ஏற்கனவே ஒப்புக் கொண்டுள்ள தரத்தின் அடிப்படையில் தாங்களாகவே அந்தப் பணிகளைச் செய்து முடிக்கின்ற ஊழியர்களை வளர்த்தெடுக்கின்ற திறன் உங்களிடம் எந்த அளவுக்கு இருக்கிறதோ, அந்த அளவுக்கு உங்களால் ஒரு சிறந்த மேலாளராகப் பரிணமிக்க முடியும். உங்களுடைய ஊழியர்களிடம் விரைவாகத் தன்னம்பிக்கையையும் திறனையும் வளர்த்தெடுக்க, நோக்கங்களின் அடிப்படையிலான நிர்வாக உத்தி உங்களுக்கு வெகுவாக உதவும். நீங்கள் உங்களுடைய ஊழியர்களுக்கு முதலில் சிறிய வேலைகளைக் கொடுத்து, அவற்றை அவர்கள் வெற்றிகரமாக நிறைவேற்றுவதற்கு உதவ வேண்டும். பின்னர் அவர்களிடம் நீங்கள் பெரிய வேலைகளை ஒப்படைக்கலாம்.

உங்களுடைய அனைத்து வேலைகளையும் உங்களுக்குக் கீழே இருப்பவர்களிடம் பகிர்ந்து அளிக்கின்ற கட்டத்தை அடைவதுதான் உங்களுடைய இலக்காக இருக்க வேண்டும்.

உங்களுடைய ஊழியர்களைத் தனியாக உங்களால் விட்டுவிட முடியுமா?

நீங்கள் எந்த அளவுக்கு மிகச் சிறந்த மேலாளராக இருக்கிறீர்கள் என்பதைக் கணிப்பதற்கு இப்படி யோசித்துப் பாருங்கள்: உங்களுடைய அலுவலகத்தை உங்களுடைய ஊழியர்களின் வசம் ஒப்படைத்துவிட்டு உங்களால் எவ்வளவு காலம் அதற்குத் திரும்பாமல்

இருக்க முடியும்? பெரும்பாலான மேலாளர்கள், தாங்கள் விடுப்பில் சென்றால் தங்களுடைய ஊழியர்களின் செயல்திறன் குறைந்துவிடும் என்ற பயத்தில் ஓரிரு நாட்கள்கூட விடுப்பு எடுக்காமல் இருக்கின்றனர்.

ஆனால், நீங்கள் நோக்கங்களின் அடிப்படையில் நிர்வாகத்தை நடத்தி, உங்களுடைய ஊழியர்களும் தங்களுடைய வேலைகளைத் தன்னம்பிக்கையுடன் செய்கின்ற திறமை படைத்தவர்களாக இருக்கும் பட்சத்தில், உங்களால் எவ்வளவு நாட்கள் வேண்டுமானாலும் அலுவலகத்திற்குச் செல்லாமல் இருக்க முடியும். உங்களுடைய அலுவலகம் சிக்கலின்றித் தன் பாட்டுக்கு இயங்கிக் கொண்டிருக்கும். உங்களுடைய ஊழியர்களுக்கு ஒதுக்கப்படுகின்ற வேலைகள், எப்படி, எப்போது செய்து முடிக்கப்பட வேண்டும், அவற்றை நீங்கள் எப்போது பரிசோதிப்பீர்கள் போன்றவற்றை நீங்கள் உங்களுடைய ஊழியர்களுடன் சேர்ந்து அமர்ந்து விவாதித்து அவர்களை ஏற்றுக் கொள்ளச் செய்த பிறகு, அவர்களே அதை நடத்தட்டும் என்று நீங்கள் அவற்றை அவர்களிடம் முழுமையாக ஒப்படைத்துவிடலாம்.

நோக்கங்களின் அடிப்படையிலான நிர்வாக உத்தியை உங்களின் கீழ் வேலை பார்க்கின்ற ஊழியர்களில் மிகுந்த அனுபவம் வாய்ந்த திறமைசாலிகளிடம் நீங்கள் தாராளமாகப் பயன்படுத்தலாம். இது சரியாக வேலை செய்ய வேண்டும் என்றால், உங்களுடைய ஊழியர்களுக்கு, பணத்தைச் செலவழிக்கவும், தீர்மானங்கள் எடுக்கவும், வளங்களைப் பயன்படுத்திக் கொள்ளவும், நிறுவனத்திலுள்ள பிறருடைய சேவைகளை உபயோகித்துக் கொள்ளவும் அதிகாரமளிக்கப்பட வேண்டும். அதனோடு வருகின்ற பொறுப்பின் கனத்தை அவர்கள் அறிந்திருப்பதும் உறுதி செய்யப்பட வேண்டும்.

சூழலுக்கு ஏற்றத் தலைமைத்துவத்தைப் பயன்படுத்துங்கள்

பால் ஹெர்சே, சூழலுக்கு ஏற்றத் தலைமைத்துவம் பற்றிப் பேசுகின்றபோது, ஊழியர்களை வளர்த்தெடுப்பதிலுள்ள நான்கு நிலைகளைப் பற்றிக் குறிப்பிடுகிறார். ஒரு புதிய வேலையில் சேர்கின்ற ஒவ்வோர் ஊழியரும், காலப்போக்கில், நான்கு கட்டங்களின் ஊடாக வளர்த்தெடுக்கப்படுகிறார்.

முதல் கட்டம் கூறுதல். இதில், நீங்கள் ஒரு மேலாளர் என்ற முறையில், அவர் செய்ய வேண்டிய வேலைகளைப் பற்றியும், அதை அவர் எப்படிச் செய்ய வேண்டும், எப்போது செய்ய வேண்டும், எந்தத் தரத்தில் செய்ய வேண்டும் என்பது பற்றியும் அவரிடம் கூறுகிறீர்கள். பின் அவருடைய வேலைகளைக் கண்காணித்து அவற்றை அவர் ஒழுங்காகச் செய்கிறாரா என்பதை உறுதி செய்கிறீர்கள்.

இரண்டாவது கட்டம் விற்றல். இதில், அவரிடம் ஒப்படைக்கப்பட்ட வேலைகளை அவர் திறம்படச் செய்வதற்கு அவரை நீங்கள் ஊக்குவிக்கிறீர்கள்.

மூன்றாவது கட்டம் பகிர்தல். இங்கு நீங்கள் உங்களுடைய முக்கியமான வேலைகளை அவரிடம் பகிர்ந்தளிக்கிறீர்கள். அதற்கான இலக்கையும் தரத்தையும் அவருடன் பேசி நிர்ணயித்துக் கொள்கிறீர்கள். பிறகு, ஒப்புக் கொள்ளப்பட்டபடி விஷயங்கள் நகர்ந்து கொண்டிருக்கின்றனவா என்று நீங்கள் அடிக்கடி மேற்பார்வை செய்கிறீர்கள்.

நான்காவது கட்டம் பங்கேற்க வைத்தல். இது உச்சகட்டம். இங்கேதான் நோக்கத்தின் அடிப்படையிலான நிர்வாகம் உள்ளே நுழைகிறது. அந்த ஊழியர் போதுமான அளவு திறமையைப் பெற்றுவிட்டார் என்பதை அறிந்து கொண்ட பிறகு நீங்கள் இதில் ஈடுபடுகிறீர்கள்.

இங்கு, தனக்கு ஒதுக்கப்பட்டிருக்கின்ற

வேலைகளை அந்த ஊழியர் தன் சொந்த வழியில் செய்து முடிப்பதற்கான சுதந்திரத்தை நீங்கள் அவருக்கு வழங்குகிறீர்கள். அவருக்கு வழங்கப்படுகின்ற சுதந்திரமும், அதனோடு இணைந்து வருகின்ற பொறுப்பும் சேர்ந்து, உச்சபட்சச் செயல்திறனுடன் செயல்படுவதற்கு அந்த நபரை வெகுவாக ஊக்கப்படுத்துகின்றன, அவரிடம் தன்னம்பிக்கையை வளர்த்தெடுக்கின்றன. மக்கள் சுதந்திரமாக இயங்குவதற்கான சூழலை நீங்கள் எந்த அளவுக்குக் கட்டமைத்துக் கொடுக்கிறீர்களோ, அந்த அளவுக்கு அவர்கள் தங்களுடைய வேலைகளை அதிகத் திறம்படச் செய்து முடிப்பர்.

அத்தியாயம் எட்டு

ஒரு சிறந்த மேலாளரின் மூன்று பண்புநலன்கள்

பதினாறு துறைகளைச் சேர்ந்த 32,000 ஊழியர்களிடம் ஓர் ஆய்வு நடத்தப்பட்டது. அதில் பங்கேற்ற ஊழியர்கள், தாங்கள் மிகவும் கொண்டாடிய மேலாளர்களிடம் மூன்று முக்கியப் பண்புநலன்கள் இருந்ததாகத் தெரிவித்தனர். அந்த மேலாளர்கள் தங்களுக்குக் கீழே பணியாற்றியவர்களிடம் பகிர்ந்தளித்திருந்த வேலைகள் சரியான நேரத்தில் ஒரு செம்மையான முறையில் நிறைவேற்றப்படுவதை அந்த மூன்று பண்புநலன்கள் உறுதி செய்தன.

முதல் பண்புநலன் அக்கறை. இதைப் பற்றிக் கூறுமாறு அந்த ஆய்வில் பங்கேற்றவர்களிடம் கேட்கப்பட்டபோது, "என் மேலாளர் என்மீது

தனிப்பட்ட முறையிலும் ஓர் ஊழியர் என்ற முறையிலும் அக்கறை கொண்டிருந்தார் என்றே நான் எப்போதும் உணர்ந்து வந்தேன்," என்று அவர்கள் கூறினர்.

உங்களிடம் வேலை பார்க்கின்ற நபர்களின் வேலை, அவர்களுடைய தனிப்பட்ட வாழ்க்கை மற்றும் ஆளுமை குறித்து நீங்கள் உண்மையான ஈடுபாடு காட்டுகின்றபோது உங்களுடைய அக்கறை வெளிப்படுகிறது. நீங்கள் அவர்களிடம் அவர்களுடைய வேலையைத் தாண்டி, அவர்களுடைய குடும்பத்தைப் பற்றியும், அவர்களுடைய உறவுகளைப் பற்றியும் கேட்கிறீர்கள். ஒரு குறிப்பிட்ட நாளில் அவர்கள் வித்தியாசமாக இருப்பதை உணர்ந்தறிந்து, அன்று அவர்களிடம் அவர்களுடைய வேலையைப் பற்றிக் கேட்காமல், அவர்களுடைய தனிப்பட்ட வாழ்க்கையைப் பற்றி உரையாட நீங்கள் தயாராக இருக்கிறீர்கள்.

உங்களுடைய ஊழியர்களின் அலுவலக வேலையைத் தாண்டி அவர்களுடைய தனிப்பட்ட வாழ்க்கையைப் பற்றி உங்களுக்கு என்ன தெரியும்? அவர்கள் திருமணமானவர்களா? அப்படியெனில், அவர்களுடைய வாழ்க்கைத் துணைவர்கள் யார்? அவர்களுக்குக் குழந்தைகள் இருக்கின்றனரா? வார இறுதியில் அவர்கள் என்ன செய்ய விரும்புகின்றனர்? அவர்களுடைய வாழ்க்கையின் அக்கட்டத்தில் அவர்கள் எதிர்கொண்டிருக்கின்ற மிகப் பெரிய பிரச்சனை என்ன?

அவர் யார் என்று உங்களுக்குத் தெரியுமா?

நிர்வாக வளர்ச்சி தொடர்பான ஒரு கருத்தரங்கு ஒரு பெருநிறுவன மேலாளர்களுக்கு நடத்தப்பட்டது. ஆறு வார காலம் நடந்த அந்தக் கூட்டத்தின் முடிவில், அவர்களிடம், "நீங்கள் இந்தக் கருத்தரங்கிற்குத் தினமும் வந்து போய்க் கொண்டிருக்கின்ற இந்த கட்டடத்தின் கீழ்த்தளத்தில், நீங்கள் வருகின்றபோது தினமும்

துப்புரவு செய்து கொண்டிருந்த நபரின் பெயர் என்ன என்பது உங்களுக்குத் தெரியுமா?" என்ற கேள்வி கேட்கப்பட்டது.

அந்தக் கருத்தரங்கில் பங்கேற்றிருந்த ஒரு நபருக்குக்கூட அவரின் பெயர் தெரிந்திருக்கவில்லை. கடந்த ஆறு வாரங்களாக அவர்கள் தினந்தோறும் அந்த நபரைக் கடந்துதான் வந்திருந்தனர். ஆனாலும், அந்த நபரின் பெயரைக் கேட்க வேண்டும் என்று அவர்களில் ஒருவருக்குக்கூடத் தோன்றவில்லை.

அவர்களுக்கு வகுப்பெடுத்துக் கொண்டிருந்த பேராசிரியர் அவர்களிடம் இவ்வாறு தெரிவித்தார்: "உங்களுடைய தொழிலில் உங்களுடைய வெற்றி, உங்களிடம் வேலை பார்த்துக் கொண்டிருக்கின்ற நபர்களைப் பற்றி அறிந்து கொள்ள நீங்கள் எவ்வளவு நேரம் செலவழிக்கத் தயாராக இருக்கிறீர்கள் என்பதை வைத்துத்தான் பெருமளவு தீர்மானிக்கப்படுகிறது. நீங்கள் அவர்களுடைய வாழ்க்கையைப் பற்றிக் கேள்விகள் கேட்டு, அவர்கள் அவற்றுக்கு அளிக்கின்ற பதில்களை நீங்கள் காது கொடுத்துக் கேட்க வேண்டும்."

குழந்தைகளுக்கு முன்னுரிமை

என் நிறுவனத்தில் நான்கு பெண்கள் வேலை பார்த்து வந்தனர். என் நிறுவனம் படிப்படியாக வளர்ந்து பெரிதாகிக் கொண்டிருந்தபோது அவர்கள் நால்வருக்கும் திருமணம் ஆயிற்று. பின்னர் அவர்களுக்குக் குழந்தைகளும் பிறந்தனர். எனக்கும் நான்கு குழந்தைகள் இருந்ததால், குழந்தைகளால் ஒருவருக்கு எவ்வளவு மன அழுத்தம் ஏற்படும் என்பதை நான் அறிந்திருந்தேன். அதனால், என் நிறுவனத்தில் நான் புதிதாக ஒரு கொள்கையை அமல்படுத்தினேன். 'குழந்தைகளுக்கு முன்னுரிமை' என்று அதற்கு நாங்கள் பெயரிட்டோம்.

அந்தக் கொள்கையின்படி, எங்களுடைய ஊழியர்களில் யாருடைய குழந்தைக்கேனும் உடல்நலம் சரியில்லாமல் போனால், அவர்கள் தங்களுடைய வேலைக்கு முக்கியத்துவம் கொடுக்காமல், தங்களுடைய குழந்தைக்கு முக்கியத்துவம் கொடுக்க வேண்டும். அவர்கள் அன்று தங்களுடைய குழந்தையுடன் வீட்டில் இருந்து கொள்ளலாம். அவர்கள் தங்கள் குழந்தையை ஏதோ ஒரு காரணத்திற்காக எங்கோ அழைத்துச் செல்ல வேண்டியிருந்தால், அதை அவர்கள் செய்யலாம். அவர்களுடைய குழந்தைகள் படித்துக் கொண்டிருக்கின்ற பள்ளிகளிலிருந்து அவர்களுக்கு அழைப்பு வந்தால், அவர்கள் தங்களுடைய வேலையை அப்படியே போட்டுவிட்டுப் பள்ளிக்கு விரையலாம்.

அப்படிப்பட்டக் காரணங்களுக்காக அவர்கள் வேலைக்கு வராமல் இருந்தால், அதற்காக அவர்களுக்குச் சம்பளப் பிடித்தம் செய்யப்பட மாட்டாது. மேலும், அவர்கள் விடுப்பு எடுத்துக் கொண்ட நாளை ஈடுகட்டுவதற்கு இன்னொரு நாள் வேலை செய்யும்படி அவர்கள் வற்புறுத்தப்பட மாட்டார்கள். அவர்கள் அப்படித் திடீரென்று அவர்களுடைய குழந்தைகளைக் கவனித்துக் கொள்ள வேண்டிய நிலை ஏற்பட்டால், தங்களுடைய வேலைப் பொறுப்புகளை வேறு ஓர் ஊழியரிடம் ஒப்படைத்துவிட்டுச் செல்ல வேண்டும் என்று மட்டும் அவர்களிடமிருந்து எதிர்பார்க்கப்பட்டது.

நாங்கள் அந்தக் கொள்கையை இருபது ஆண்டுகளாக எங்கள் அலுவலகத்தில் கடைபிடித்து வருகிறோம். அக்கொள்கையால் ஒரு முறைகூட நாங்கள் எந்தப் பிரச்சனையையும் எதிர்கொண்டதில்லை. இன்னும் சொல்லப் போனால், நாங்கள் எங்கள் ஊழியர்களுக்குச் செய்திருந்த மற்ற விஷயங்களைவிட, இந்தக் கொள்கை அவர்களிடமிருந்து அதிகமான நல்ல பெயரையும் ஒத்துழைப்பையும் எங்களுக்குப் பெற்றுக் கொடுத்தது.

அடுத்தது தெளிவு

இரண்டாவது பண்புநலன் அசாத்தியமான தெளிவைக் கொண்டிருத்தல். தலைசிறந்த மேலாளர்கள், தங்களின்கீழ் பணியாற்றுபவர்களிடமிருந்து தாங்கள் என்ன எதிர்பார்க்கிறோம் என்பதை அந்த ஊழியர்கள் புரிந்து கொள்ளும் விதத்தில், தாங்கள் அவர்களுக்குக் கொடுத்துள்ள வேலைகளைத் தெளிவாக அவர்களிடம் விளக்குவர். 'நோக்கங்களின் அடிப்படையிலான நிர்வாகம்' என்ற அத்தியாயத்தில் இதைப் பற்றி நாம் பேசியுள்ளோம். சிறந்த மேலாளர்கள், செய்யப்பட வேண்டிய வேலைகள் என்னென்ன, அவற்றை யார் செய்ய வேண்டும், அவை எந்தத் தரத்தில் செய்யப்பட வேண்டும் ஆகியவற்றை எப்போதும் தெளிவாக அறிந்து வைத்திருப்பர்.

அக்கறையை 'X' அச்சிலும், தெளிவை 'Y' அச்சிலும் குறித்து அதை நாற்சதுரங்களாகப் பிரித்தால், அது கீழே காட்டியுள்ளதைப்போலத் தோற்றமளிக்கும். அந்த நான்கு நாற்சதுரங்களும், நான்கு வகையான மேலாளர்களைக் குறிக்கும். முதல் வகை மேலாளர்கள், குறைவான அக்கறையையும் குறைவான தெளிவையும் கொண்டிருப்பர். இவர்களிடம் தெளிவு இருக்காது. இவர்களால் திட்டவட்டமான தீர்மானங்களை எடுக்க முடியாது. இவர்களால் உயர்ந்த தரத்தில் இயங்க முடியாது.

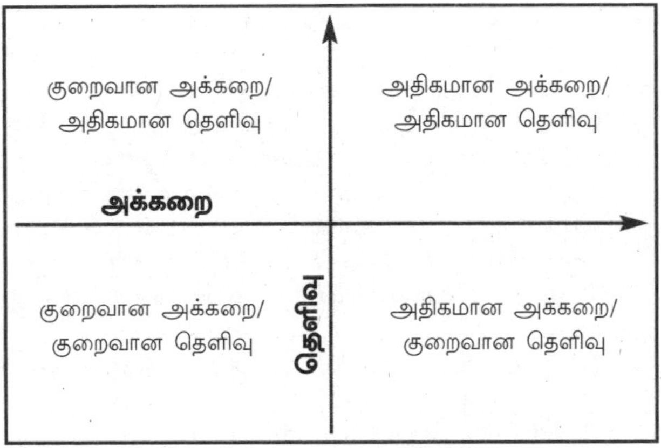

இரண்டாவது வகை மேலாளர்கள், தங்களுடைய ஊழியர்கள்மீது அக்கறை கொண்டிருப்பர், அவர்களிடம் தோழமையுடன் பழகுவர். ஆனால், வேலைகள் குறித்தத் தெளிவு அவர்களிடம் இருக்காது. அவர்களிடம் பெரிய அளவிலான செயல்திறன் இருக்காது. அவர்களுடைய குழுவினரும் குறைந்த தரத்திலேயே செயல்பட்டுக் கொண்டிருப்பர்.

மூன்றாவது வகை மேலாளர்களிடம், வேலைகள் குறித்து நல்ல தெளிவு இருக்கும். ஆனால், அவர்கள் தங்களுடைய ஊழியர்கள்மீது பெரிதாக அக்கறை செலுத்த மாட்டார்கள். அவர்கள் அரிதாகவே தங்களுடைய ஊழியர்களின் தனிப்பட்ட வாழ்க்கையைப் பற்றிக் கேட்டறிவார்கள். வேகமாக மாறிக் கொண்டிருக்கின்ற, பெரும் எதிர்பார்ப்புகளை உள்ளடக்கிய ஒரு வேலைச் சூழலில் இந்த வகையான மேலாளர்கள் சிறப்பாகச் செயல்படுவர். ஆனால், மக்கள் உணர்ச்சிபூர்வமானவர்கள் என்பதால், அவர்களுடைய வாழ்வில் ஒரு முக்கியப் பாத்திரம் வகிக்கின்ற ஒரு நபர் அவர்கள்மீது எந்தவிதமான அக்கறையும் கொண்டிருக்கவில்லை என்பது இறுதியில்

அவர்களிடம் கடும் அதிருப்தியைத் தோற்றுவிக்கும்.

நான்காவது வகை மேலாளர்கள், தங்களுடைய ஊழியர்களிடம் பகிர்ந்தளிக்கின்ற வேலைகள் குறித்துத் தெளிவாக இருப்பதுடன், அவர்கள்மீது அக்கறை கொண்டவர்களாகவும் இருப்பர். நிர்வாகத்தில் உன்னதத்தை அடைவதற்குத் தேவையான இரண்டு அதிமுக்கிய அம்சங்களில் அவர்கள் சிறந்து விளங்குவதால், இவர்களைப் பத்துக்குப் பத்து மதிப்பெண்கள் வாங்குகின்ற மேலாளர்கள் என்று அழைக்கலாம்.

ஒரு மேலாளர் என்ற முறையில் நீங்கள் இந்த இரண்டு அம்சங்களில் சம அளவு கவனம் செலுத்தி வர வேண்டும். இது தொடர்ச்சியாக நடைபெற்றுக் கொண்டிருக்கின்ற ஒன்றாகும்.

அவர்களுக்குச் சுதந்திரம் வழங்குங்கள்

மூன்றாவது பண்புநலன், கீழேயுள்ளவர்களுக்குப் போதுமான சுதந்திரத்தை வழங்குதல். தலைசிறந்த மேலாளர்கள், தங்களுடைய ஊழியர்கள் அவர்களுடைய வேலைகளைச் செவ்வனே செய்வதற்குத் தேவையான சுதந்திரத்தை அவர்களுக்கு வழங்குகின்றனர். "சிறந்த தலைவர்களிடம் வேலை பார்த்துக் கொண்டிருப்பவர்கள், ஒரு வேலையைச் செய்து முடித்தவுடன், 'இதை நாங்களாகவே செய்து முடித்துவிட்டோம்,' என்று முழங்குவர்," என்று கன்பூசியஸ் கூறியுள்ளார்.

தங்களிடம் ஒரு வேலையை ஒப்படைத்துவிட்டு, பிறகு அதில் குறுக்கிடாமல், தாங்கள் தங்களுடைய வேலையைச் செய்ய அனுமதிக்கின்ற மேலாளர்களையே சிறந்த மேலாளர்கள் என்று ஊழியர்கள் குறிப்பிடுகின்றனர். மேலாளர்கள் ஒரு வேலையைத் தங்களுடைய ஊழியர்களுக்கு வழங்கி, அவர்களிடம் விவாதித்து அதற்கு ஓர் இலக்கையும் நிர்ணயித்துவிட்டப்

பிறகு, அந்த இலக்கை எப்படி அடைவது என்பதை அந்த ஊழியர்களே தீர்மானித்துக் கொள்ளட்டும் என்று அவர்களிடமிருந்து ஒதுங்கிக் கொள்ள வேண்டும்.

தாங்கள் சுதந்திரத்துடன் தன்னிச்சையாக இயங்க அனுமதிக்கப்படுகின்றபோதுதான் ஊழியர்கள் மிகவும் மகிழ்ச்சியாக இருக்கின்றனர். அதற்காக, ஒரு மேலாளர் என்ற முறையில், நீங்கள் உங்களுடைய ஊழியர்களின் தகுதிக்கு மேலான வேலைகளை அவர்களிடம் ஒப்படைக்கத் தேவையில்லை. ஒரு வேலையைப் பற்றித் தெளிவாக எடுத்துரைத்துவிட்டு, அவர்கள் தங்கள் வழியில் அதைச் செய்து முடிக்க அவர்கள் அனுமதிக்கப்பட வேண்டும் என்பதுதான் அதற்கு அர்த்தம். அதாவது, நீங்கள் எப்போதும் அவர்களுக்குப் பின்னால் நின்று கொண்டு, அவர்களுடைய தோள்களைத் தாண்டி எட்டிப் பார்த்துக் கொண்டும், வேலையின் முன்னேற்றம் குறித்து அடிக்கடி அவர்களை நச்சரித்துக் கொண்டும் இருக்கக்கூடாது.

நீங்கள் உங்களுடைய ஊழியர்களிடம் ஒரு வேலையை ஒப்படைத்தப் பிறகு, அதை அவர்கள் சொந்தமாக நிறைவேற்றி முடிப்பதற்கு எவ்வளவு சுதந்திரத்தை நீங்கள் வழங்கிக் கொண்டிருக்கிறீர்கள்?

இந்த மூன்று பண்புநலன்களையும் மேம்படுத்திக் கொள்வதென்று தீர்மானியுங்கள்

உங்களுடைய ஊழியர்கள்மீது அக்கறை கொள்வதென்றும், அவர்களுக்கு ஒதுக்கப்படுகின்ற வேலைகளை அவர்களுக்குத் தெளிவாக எடுத்துரைப்பது என்றும் இன்றே முடிவு செய்யுங்கள். பின் அவர்கள் அனைவரும் தங்களுக்கு ஒதுக்கப்பட்டுள்ள வேலைகளைத் தங்களுடைய சொந்தப் பாணியில் செய்து முடிப்பதற்கான சுதந்திரத்தை அவர்களுக்கு வழங்குங்கள். நோக்கங்களின் அடிப்படையிலான நிர்வாக முறையால் ஊழியர்களிடம் எப்படித்

தன்னம்பிக்கையை வளர்த்தெடுக்க முடியுமோ, அதேபோல, சிறந்த மேலாளர்களாலும் அதைச் செய்ய முடியும். அவர்கள், தங்களுடைய ஊழியர்களுக்கு நாட்கணக்கிலும் மாதக்கணக்கிலும் அவர்களுடைய வேலையில் தன்னிச்சையாக இயங்குவதற்கான சுதந்திரத்தை வழங்குகின்றனர். அவர்களுக்கு ஒதுக்கப்பட்டுள்ள வேலைகள், நிர்ணயிக்கப்பட்டுள்ள காலக்கெடுவுக்குள் தரமான முறையில் முடித்துக் கொடுக்கப்படும் என்ற முழு நம்பிக்கை அந்த மேலாளர்களுக்கு இருக்கிறது.

அத்தியாயம் ஒன்பது

ஆற்றல்மிக்க வேலைப் பகிர்வின் ஏழு முக்கிய அம்சங்கள்

உங்களுடைய தொழில் வாழ்க்கையில் உங்களுக்குக் கீழே வேலை பார்ப்பவர்களிடம் வேலைகளைப் பகிர்ந்தளிப்பதில் சிறந்து விளங்குவதற்குத் தேவையான திறன்களை உங்களுக்கு அளிப்பதுதான் இந்த நூலின் நோக்கம். இது தொடர்பான நூற்றுக்கணக்கான நூல்கள், கட்டுரைகள் மற்றும் வகுப்புகள் இருக்கின்றன. அவை கற்றுக் கொடுக்கின்ற அனைத்தின் சாராம்சத்தையும் ஏழு முக்கியமான திறன்களுக்குள் அடக்கிவிடலாம்.

1. வேலையையும் நபரையும் கச்சிதமாகப் பொருத்துங்கள்

உங்களிடம் பணியாற்றிக் கொண்டிருக்கின்ற நபர்களின் திறனையும் தகுதியையும் நீங்கள் பகிர்ந்தளிக்க விரும்புகின்ற வேலையோடு பொருத்துவது, சிறப்பான வேலைப் பகிர்வுக்குத் தேவைப்படுகின்ற முதல் திறமையாகும். அதற்காக, உங்களுடைய ஊழியர்கள் தற்போது செய்து கொண்டிருக்கின்ற வேலையைவிட அதிகச் சவாலான வேலைகளை அவர்களுக்கு நீங்கள் வழங்கக்கூடாது என்று நான் கூற வரவில்லை. ஆனால், அவர்களுக்குச் செய்வதற்குக் கடினமாக இருக்கின்ற அல்லது அவர்களின் தற்போதைய திறமையின் காரணமாக அவர்கள் தீவிரமாக முயன்றாலும் வெற்றி பெறுவதற்கான சாத்தியம் குறைவாக இருக்கின்ற வேலைகளை நீங்கள் அவர்களிடம் ஒப்படைக்கக்கூடாது.

ஒரு குறிப்பிட்ட வேலைக்கு நீங்கள் தேர்ந்தெடுத்திருக்கின்ற நபருக்கு அதைச் செய்யக்கூடிய திறன் இல்லை என்பதை நீங்கள் அறிந்து கொண்ட பிறகும் அதை அவர் நீண்ட காலம் தொடர அனுமதிப்பது பல தொழில்கள் தோல்வியில் முடிவதற்குக் காரணமாக அமைகிறது. அதாவது, ஒரு மேலாளர் ஒரு தவறான நபரைத் தேர்ந்தெடுத்து ஒரு வேலையில் அமர்த்துகிறார். ஆனால், அந்த நபர் அந்த வேலைக்குப் பொருத்தமானவர் அல்லர் என்பது தெரிய வருகின்றபோதும், தற்செருக்கின் காரணமாக அந்த மேலாளர் தன் தவற்றை ஒப்புக் கொள்ளத் தயாராக இல்லாத காரணத்தால், அந்த நபர் அந்த வேலையில் தொடர்வதற்கு அவர் அனுமதிக்கிறார்.

ஒரு நிறுவனத்தின் நிர்வாகக் குழு, பொருத்தமற்ற ஒருவரை அதன் தலைமை நிர்வாக அதிகாரியாக ஆக்குவதன் மூலம் அந்த நிறுவனத்திற்குக் கடும் இழப்புகளை ஏற்படுத்துகிறது. சில நேரங்களில் அந்த

நிறுவனம் இழுத்து மூடப்படுவதற்கும் அது காரணமாக அமைந்துவிடுகிறது. அந்த நிர்வாக அதிகாரி அதற்கு முந்தைய பதவியிலோ அல்லது வேறொரு துறையிலோ சிறப்பாகச் செயல்பட்டிருக்கக்கூடும். ஆனால், தற்போது அவர் ஏற்றிருக்கும் பொறுப்பில், தேவைப்படுகின்ற விளைவுகளை அவரால் ஏற்படுத்த முடியவில்லை.

2. வேலைப் பகிர்வைப் படிப்படியாக அமல்படுத்துங்கள்

உங்களுக்குக் கீழே வேலை பார்ப்பவரிடம் வேலைப் பகிர்வை நீங்கள் படிப்படியாக அமல்படுத்துகின்றபோது, அவருடைய தன்னம்பிக்கையும் படிப்படியாக உயர்கிறது. ஒரு புதியவருக்குப் பல சிறிய வேலைகளைக் கொடுப்பதன் மூலம் அவரை வலுவாக ஆக்க முடியும் என்பது உண்மைதான். ஆனால், பெரிய, முக்கியமான வேலைகள் என்று வருகின்றபோது, நீங்கள் அந்த வேலைப் பகிர்வைப் படிப்படியாகத்தான் செய்ய வேண்டும். பெரிய வேலைகளையும் தன்னால் திறம்படச் செய்ய முடியும் என்பதை அவர் காலப்போக்கில் நிரூபிக்கின்றபோது, அவருக்கு நீங்கள் பெரிய பொறுப்புகளை வழங்கலாம். போதுமான தகுதி இல்லாத ஒரு நபரை நீங்கள் பொறுப்பில் நியமித்தால், அது அவர்களைத் திக்குமுக்காட வைத்துவிடும். அவர்கள் தீர்க்கின்ற பிரச்சனைகளைவிட அதிகமான பிரச்சனைகளை அவர்கள் உருவாக்குவர்.

3. மொத்த வேலையையும் ஒப்படையுங்கள்

ஒரு வேலையில் ஒருவருக்குக் கிடைக்கின்ற மிகப் பெரிய ஊக்குவிப்பு, அது அவருக்கு முழுமையாக வழங்கப்படும்போதுதான் ஏற்படுகிறது. ஒரு வேலைக்கு ஒருவர் நூறு சதவீதம் பொறுப்பேற்றுக் கொண்டு,

அதை அவர் முழுமையாகச் செய்து முடிக்கின்றபோது, அவருடைய தன்னம்பிக்கையும் சுயமதிப்பும் அதிகரிக்கின்றன.

உங்களுக்குக் கீழே வேலை பார்ப்பவர்கள் அனைவருக்கும், அவர்கள் எந்தப் பதவியில் இருந்தாலும், குறைந்தபட்சம் ஒரே ஒரு வேலையையாவது முழுமையாகக் கொடுக்க வேண்டும். அந்தக் குறிப்பிட்ட வேலைக்கு அவர்கள் நூறு சதவீதப் பொறுப்பேற்றுக் கொள்ள வேண்டும். அந்த வேலையை அவர்கள் செய்யாவிட்டால், அதை வேறு எவரும் செய்ய மாட்டார்கள்.

ஒரே வேலையை இரண்டு அல்லது மூன்று பேருக்கு ஒதுக்குகின்ற தவற்றைப் பல நிறுவனங்கள் செய்து கொண்டிருக்கின்றன. ஒரு வேலையை ஒன்றுக்கு மேற்பட்டவர்களிடம் ஒப்படைக்கின்றபோது, அவர்களில் ஒருவர் வேறு வேலையில் மும்முரமாக இருந்தாலோ அல்லது அந்த வேலையில் ஈடுபடாமல் இருந்தாலோ, மற்ற நபர் அதில் குதித்து அதைச் செய்து விட முடியும் என்று மேலாளர்கள் கருதுகின்றனர். ஆனால், இருவருமே அந்த வேலைக்குப் பொறுப்பேற்றுக் கொள்வதில்லை என்பதுதான் உண்மை. அது ஓர் அநாதை நிலையை அடைந்துவிடுகிறது. இந்த முரண்பாட்டைக் களைவதற்கு நீங்கள் ஒரு வேலைக்கு ஒருவரைப் பொறுப்பாக்க வேண்டும். தேவையெனில் அவருக்கு உதவிக்கு நீங்கள் ஒருவரை நியமிக்கலாம். அவர் இல்லாத நேரங்களில், உதவிக்கு நியமிக்கப்பட்டிருக்கும் நபர் அந்த வேலையைச் செய்யலாம். ஆனால், ஒருவர் மட்டுமே அந்த வேலையைச் சொந்தம் கொண்டாட வேண்டும்.

ஒரு குறிப்பிட்ட வேலைக்கு நீங்கள் உங்களுடைய ஊழியர் ஒருவரை நியமிக்கின்றபோது, அவர்தான் அதற்கு முழுப் பொறுப்பு என்பதையும் அவரிடம் நீங்கள் தெரிவித்துவிட வேண்டும். தனக்கு அதிகாரம் அளிக்கப்பட்டுள்ளதாகவும், ஒரு விஷயத்தில் தனக்கு

முழுப் பொறுப்பு வழங்கப்பட்டுள்ளதாகவும் ஒருவர் உணர்கின்றபோது, அவர் தன் நிறுவனத்தின்மீது அதிக அர்ப்பணிப்பையும் அதிக விசுவாசத்தையும் வெளிப்படுத்துகிறார்.

4. குறிப்பிட்ட விளைவுகளைப் பெறுவதற்காக வேலைப் பகிர்வை மேற்கொள்ளுங்கள்

ஒரு குறிப்பிட்ட வேலையை நீங்கள் உங்களுடைய ஊழியர் ஒருவரிடம் ஒப்படைக்கின்றபோது, அவரிடமிருந்து துல்லியமாக என்ன எதிர்பார்க்கப்படுகிறது என்பதை நீங்கள் அவருக்குத் தெளிவாகத் தெரியப்படுத்திவிட வேண்டும். அன்றாடம் நடைபெறுகின்ற நடவடிக்கைகளில் உங்களுக்கு அக்கறை இல்லை, விளைவுகளில்தான் நீங்கள் குறியாக இருக்கிறீர்கள் என்பதை அவர் புரிந்து கொள்ள நீங்கள் அவருக்கு உதவ வேண்டும்.

உங்களுடைய ஊழியர்கள் எந்த வேலையைச் சாதிப்பதற்காக வேலையில் அமர்த்தப்பட்டிருக்கிறார்கள் என்பதை நீங்கள் அவர்களுக்கு அடிக்கடி நினைவுபடுத்திக் கொண்டே இருக்க வேண்டும். அதிக ஆற்றலுடன் செயல்பட்டுக் கொண்டிருக்கின்ற மக்களால் உங்களுடைய நிறுவனம் நிறைந்திருக்க வேண்டும் என்று நீங்கள் விரும்பினால், எல்லா நேரங்களிலும் அவர்கள் தரமான விளைவுகளைச் சாதிப்பதில் தங்களுடைய கவனத்தைக் குவிக்க வேண்டும் என்பதை அவர்களுக்கு நீங்கள் வலியுறுத்திக் கொண்டே இருக்க வேண்டும். உங்களுடைய ஊழியர்கள் சாதிக்கின்ற விஷயங்கள் எந்த அளவுக்கு அளவிடத்தக்கவையாக இருக்கின்றனவோ, அந்த அளவுக்கு அவர்கள் அதிக மகிழ்ச்சியாக இருப்பர், அவ்வளவு அதிக ஊக்கம் பெறுவர். மொத்தத்தில், அவர்கள் தங்களை வெற்றியாளர்களாகக் கருதுவர்.

5. பங்கேற்பையும் விவாதத்தையும் ஊக்குவியுங்கள்

கலந்துரையாடலுக்கும் அர்ப்பணிப்புக்கும் இடையே ஒரு நேரடித் தொடர்பு இருப்பதுபோலத் தெரிகிறது என்று நான் ஏற்கனவே குறிப்பிட்டிருந்ததை நினைவுபடுத்திக் கொள்ளுங்கள். ஊழியர்களால் தங்களுடைய மேலதிகாரிகளை எளிதாக அணுக முடிகின்ற நிலை இருந்தால், தங்களுடைய வேலையை அவர்கள் மிகுந்த அர்ப்பணிப்புடன் செய்வர், தங்களுடைய வேலையை வெற்றிகரமாகச் செய்து முடிப்பதற்கான பொறுப்பைத் தங்கள் தோள்மீது ஏற்றிக் கொள்வர்.

நீங்கள் வெறுமனே உங்களுடைய ஊழியர்களிடம் ஏதோ ஒரு வேலையைக் கொடுத்து அதைச் செய்யும்படி கூறிவிட்டு நீங்கள் உங்களுடைய வேலையைப் பார்க்கச் சென்றுவிட்டால், அவர்கள் தங்களுடைய வேலையை அர்ப்பணிப்புடன் செய்ய மாட்டார்கள். நீங்கள் அவர்களுடன் சேர்ந்து உட்கார்ந்து, அதைப் பற்றி விவாதித்து, அதை நிறைவேற்றுவதற்கு அவர்களுடன் இணைந்து ஒரு திட்டத்தை உருவாக்கினால், அதைச் செய்வதற்குக் கண்டிப்பாக அவர்கள் தங்களை அர்ப்பணித்துக் கொள்வர். நீங்கள் உங்களுடைய ஊழியர்களிடம் ஒரு வேலையை ஒப்படைத்துவிட்டு, அதை அவர்கள் ஏன் செய்ய வேண்டும், எப்படிச் செய்ய வேண்டும், எந்தத் தரத்தில் செய்ய வேண்டும் என்று விளக்கி, அவர்களுடைய சந்தேகங்களைத் தீர்த்தும் வைத்தால், அந்த வேலைக்குத் தாங்கள்தாம் சொந்தக்காரர்கள் என்ற உணர்வுடன் அவர்கள் அங்கிருந்து நகர்வர். ஏனெனில், அந்த வேலை அவர்களுக்குச் சொந்தமானது. அது அவர்களுடைய முழுக் கட்டுப்பாட்டில் இருக்கிறது.

6. அதிகாரத்தையும் பொறுப்பையும் பகிர்ந்தளியுங்கள்

நீங்கள் ஒருவரிடம் ஒரு வேலையை ஒப்படைக்கின்றபோது, அதோடு தொடர்புடைய அதிகாரத்தையும் பொறுப்பையும் கூடவே சேர்த்துப் பகிர்ந்தளியுங்கள். அது ஒரு பெரிய, முக்கியமான வேலையாக இருந்தால், அதற்கான காலக்கெடு என்ன என்பதையும், அது தொடர்பாக அவர்கள் யாருடைய உதவியை நாடலாம் என்பதையும் அவர்களுக்குத் தெரியப்படுத்திவிடுங்கள். அந்த வேலையை முடிப்பதற்கு அவர்கள் எவ்வளவு செலவு செய்யலாம் என்பதையும், அவர்களுக்குத் தேவைப்படுகின்ற பிற வளங்களை எங்கிருந்து அவர்கள் பெற்றுக் கொள்ளலாம் என்பதையும் அவர்களுக்குத் தெரியப்படுத்துங்கள்.

தாங்கள் பகிர்ந்தளிக்கின்ற வேலைகளை, குறித்தக் காலத்திற்குள் செய்து முடிப்பதற்குத் தங்களுடைய ஊழியர்களுக்கு எவ்வளவு செலவாகும், அவர்களுக்கு வேறு என்ன வளங்கள் தேவைப்படும் போன்ற விஷயங்களைப் பல மேலாளர்கள் குறைத்து மதிப்பிட்டுவிடுகின்றனர். பல நேரங்களில் அதற்கான காலக்கெடுவையும் அவர்கள் குறைத்து மதிப்பிட்டுவிடுகின்றனர். ஒரு வேலையை நீங்கள் உங்களுடைய ஊழியர்களிடம் ஒப்படைக்கின்றபோது, அதற்கு எவ்வளவு காலம் ஆகும் என்பது குறித்தும், அதற்கு எவ்வளவு செலவு ஆகும் என்பது குறித்தும் நீங்கள் அவர்களிடம் விவாதித்தால் இந்தக் குறைபாட்டைச் சரி செய்துவிடலாம்.

7. சுதந்திரமாக இயங்க அனுமதியுங்கள்

நீங்கள் ஒருவரிடம் ஒரு வேலையை ஒப்படைத்தவுடன், அவர் சுதந்திரமாக இயங்க அனுமதியுங்கள். அந்த வேலைக்கான 100 சதவீதப்

பொறுப்பை அவரிடம் ஒப்படையுங்கள். அந்த வேலையை அவரிடமிருந்து பிடுங்கிவிடாதீர்கள்.

நீங்கள் தொடர்ந்து அந்த நபரைக் கண்காணித்து வருதல், அடிக்கடிப் பின்னூட்டக்கருத்துகளைக் கேட்டறிதல், அவர் பார்த்துக் கொண்டிருக்கின்ற வேலையை, அப்படிச் செய்யலாம், இப்படிச் செய்யலாம் என்று அவருக்கு ஆலோசனை வழங்கிக் கொண்டிருத்தல் போன்றவை, அவரிடமிருந்து நீங்கள் அந்த வேலையை மறைமுகமாகப் பிடுங்கிக் கொண்டிருப்பதற்கு ஒப்பானது. பல மேலாளர்கள், தங்களுக்குக் கீழே உள்ளவர்களிடம் ஒரு வேலையை ஒப்படைத்துவிட்டு, இதுபோன்ற மறைமுக நடவடிக்கைகளில் ஈடுபடுவதை ஒரு பழக்கமாக ஆக்கிக் கொண்டுள்ளனர். இப்படிச் செய்கின்றபோது, அந்த ஊழியர்கள், அந்த வேலைக்கு இனியும் தாங்கள் பொறுப்பாளி அல்லர் என்று உணரும் நிலைக்குத் தள்ளப்படுகின்றனர்.

உங்களுடைய ஊழியர்களிடம் ஒரு வேலையைப் பகிர்ந்தளித்துவிட்டு, அவர்கள் அந்த வேலையைச் செய்து முடிப்பதை உறுதி செய்கின்ற திறமை, ஒரு மேலாளர் என்ற முறையில் உங்களுடைய வெற்றியின்மீது தாக்கம் ஏற்படுத்தக்கூடிய ஒரு முக்கியமான அம்சமாகும். வெற்றிகரமான வேலைப் பகிர்வை நீங்கள் மேற்கொள்ளும்போது, உங்களுடைய ஆற்றலுக்கு ஒரு வரம்பே இருக்காது. வேலைப் பகிர்வுத் திறமை உங்களிடம் இல்லையெனில், அனைத்து வேலைகளையும் நீங்களே செய்ய வேண்டியிருக்கும்.

அத்தியாயம் பத்து

விதிவிலக்கு மூலம் நிர்வகியுங்கள்

நேரம்தான் உங்களுடைய மிக மதிப்பு வாய்ந்த வளம். பெரும்பாலான மேலாளர்கள் ஏராளமான வேலைகளை வைத்துக் கொண்டு திக்குமுக்காடிக் கொண்டிருக்கின்றனர். ஆனால், அவற்றைச் செய்து முடிப்பதற்கான நேரம் குறைவாக இருக்கிறது. ஒவ்வொரு நாளும் ஒவ்வொரு மணி நேரமும் புதிது புதிதாக வேலைகள் வந்து குவிந்து கொண்டிருக்கின்றன.

ஒரு மேலாளர் என்ற முறையில் நீங்கள் உங்களுடைய முழு ஆற்றலையும் பயன்படுத்த வேண்டுமென்றால், குறைவான நேரத்தில் அதிகமான வேலைகளைச் செய்து முடிப்பதற்கு உதவுகின்ற அனைத்து உத்திகளையும் நீங்கள் பயன்படுத்திக் கொள்ள வேண்டும். அப்படிப்பட்ட உத்திகளில் ஒன்றுதான் 'விதிவிலக்கு மூலம் நிர்வகித்தல்.'

பிறர் மூலமாக வேலைகளைச் செய்து முடிப்பது

என்பது உங்களுடைய வேலையின் இயல்பான ஒரு பகுதி. ஒரு குறிப்பிட்ட வேலையை எடுத்துக் கொண்டு, அது குறித்துத் தீவிரமாக யோசித்து, அதைச் சரியான நபருக்கு ஒதுக்கி, குறிப்பிட்டக் காலக்கெடுவுக்குள் அவர்கள் அதைச் செய்து முடிக்கிறார்களா என்பதை நீங்கள் உறுதி செய்வீர்கள்.

நிர்வகிக்கின்ற நேரத்தைக் குறையுங்கள்

விதிவிலக்கின் மூலம் நிர்வகித்தல் உத்தியை நீங்கள் பயன்படுத்துகின்றபோது, உங்களுக்குக் கீழே உள்ளவர்களிடம் நீங்கள் ஒப்படைத்துள்ள வேலையோடு தொடர்புடைய மேற்பார்வை பார்த்தல், அதன் நிறைவேற்றம் குறித்த அறிக்கைகளைக் கேட்டுப் பெறுதல் போன்றவற்றை உங்களால் குறைத்துக் கொள்ள முடியும். நீங்கள் ஒரு குறிப்பிட்ட வேலையை உங்களுக்குக் கீழே பணியாற்றுபவர்களிடம் ஒப்படைக்கின்றபோது, அதை அவர்களிடம் தெளிவாக விவரித்து, அதை எப்படிச் செய்ய வேண்டும், எப்போது செய்து முடிக்க வேண்டும் என்று அவர்களிடம் கூறி, அதை முழுமையாகச் செய்து முடித்தப் பிறகே அவர்கள் உங்களைத் தொடர்பு கொள்ள வேண்டும் என்று நீங்கள் கூற வேண்டும். ஒப்படைக்கப்பட்ட வேலை தாமதமாகக்கூடிய சூழல், அதில் ஏதாவது பிரச்சனை ஏற்படுதல் போன்றவை மட்டுமே அதற்கு விதிவிலக்குகள் என்பதையும் நீங்கள் அவர்களிடம் தெரிவித்துவிட வேண்டும்.

அவர்களிடம் ஒப்படைக்கப்பட்டுள்ள வேலை சுமூகமாகச் சென்று கொண்டிருந்தால் அவர்கள் அதைப் பற்றி உங்களிடம் தெரிவிக்க வேண்டியதில்லை என்பதையும் அவர்களிடம் கூறுங்கள். அவர்கள் குறிப்பிட்டக் காலக்கெடுவுக்குள் முடிக்கின்ற விதத்திலும், அதற்கு ஒதுக்கப்பட்டுள்ள தொகைக்குள்ளும் இயங்கிக் கொண்டிருக்கின்றவரை, அவர்கள் அதைத் தங்கள்

இஷ்டத்திற்குச் சுதந்திரமாகச் செய்து கொள்ளலாம். அதைப் பற்றிய செய்தி உங்களுடைய காதுக்கு வரவில்லை என்றால், அது செவ்வனே நடைபெற்றுக் கொண்டிருக்கிறது என்று நீங்கள் எடுத்துக் கொள்ளலாம்.

விதிவிலக்கின் மூலம் நிர்வகித்தல் மேலாளர்களுக்கு ஏகப்பட்ட நேரத்தைச் சேமித்துக் கொடுக்கின்ற ஓர் உத்தியாகும். இதைப் பயன்படுத்துவது எளிது. நீங்கள் ஒரு வேலையை ஒப்படைக்கின்ற நபரிடம் இவ்வாறு சொன்னால் மட்டும் போதும்: "அனைத்தும் குறிப்பிட்டக் காலக்கெடுவுக்குள் சரியாகச் சென்று கொண்டிருந்தால், அதைப் பற்றி நீங்கள் எனக்கு அடிக்கடித் தகவல் தெரிவித்துக் கொண்டிருக்க வேண்டிய அவசியமில்லை. எப்போதாவது ஒரு மின்னஞ்சல் அனுப்பினால் போதும். மற்றபடி, இதை நான் முழுமையாக உங்களிடம் ஒப்படைக்கிறேன்."

நிதி தொடர்பான இலக்குகளை நிர்ணயம் செய்யுங்கள்

எடுத்துக்காட்டாக, நீங்கள் ஒப்படைக்கின்ற வேலை, ஓராண்டில் பன்னிரண்டு இலட்சம் டாலர்கள் மதிப்புள்ள பொருட்களை விற்பனை செய்வதை உள்ளடக்கியிருப்பதாக வைத்துக் கொள்வோம். அதன்படி, மாதத்திற்கு ஒரு இலட்சம் விற்பனை செய்ய வேண்டும். விற்பனை தொடர்ச்சியாக மாதத்திற்கு ஒரு இலட்சம் அல்லது அதற்கு அதிகமாக இருந்தால், அந்த நபர் உங்களிடம் அறிக்கைகள் எதுவும் கொடுக்க வேண்டாம். ஆனால், அது எண்பதாயிரம் அல்லது தொண்ணூறாயிரம் என்று குறைந்தால், அதை அந்த நபர் உங்களிடம் தெரிவித்தாக வேண்டும்.

திட்டமிடுதலும் நேரம் குறித்தலும்

சில நேரங்களில், ஒரு குறிப்பிட்ட வேலை தொடர்பாக நீங்களோ அல்லது அதை நீங்கள் யாருக்கு ஒதுக்கியிருக்கிறீர்களோ அந்த நபரோ, அந்த வேலையில் ஒரு குறிப்பிட்ட இலக்கை அடைந்த பிறகோ அல்லது வேறு காரணத்திற்காகவோ, ஒரு குறிப்பிட்ட நாளில், ஒரு குறிப்பிட்ட நேரத்தில், ஒரு குறிப்பிட்ட இடத்தில் சந்திக்க வேண்டியிருக்கலாம். இதுபோன்ற சூழல்களிலும் நீங்கள் விதிவிலக்கு மூலம் நிர்வகிக்கின்ற உத்தியைப் பயன்படுத்தலாம். நீங்கள் அந்த நபரிடம் இவ்வாறு கூறலாம்: "அடுத்த வியாழனன்று மாலை மூன்று மணிக்கு நாம் சந்திக்கலாம். ஏதாவது ஒரு காரணத்திற்காக நாம் சந்திக்க முடியாவிட்டால், நம்மில் ஒருவர் மற்றவரைத் தொடர்பு கொள்ள வேண்டும், சரியா?"

பரஸ்பரம் ஒருவருக்கொருவர் பல மின்னஞ்சல்களைப் பரிமாறிக் கொள்வதற்குப் பதிலாக, ஒரு விளைவு ஏற்பட்டவுடனோ அல்லது ஒரு குறிப்பிட்ட நேரத்திலோ ஒருவரை ஒருவர் தொடர்பு கொள்வதற்கு நீங்கள் 'விதிவிலக்கு மூலம் நிர்வகித்தல்' உத்தியைப் பயன்படுத்திக் கொள்ளலாம். நீங்கள் அவரிடம், "நானே உங்களைத் தொடர்பு கொள்கிறேன். நாம் ஒப்புக் கொண்டுள்ளவற்றில் ஏதாவது விதிவிலக்கு நேர்ந்தால் மட்டுமே நீங்கள் என்னைத் தொடர்பு கொள்ள வேண்டும்," என்று கூறிவிடலாம்.

விதிவிலக்கு மூலம் நிர்வாகம் பெரும்பாலான நேரங்களில் வேலை செய்யும்

நீங்கள் இந்த விதிவிலக்கு மூலம் நிர்வாகம் செய்கின்ற உத்தியைப் பயன்படுத்துகின்றபோது, 90 சதவீத நேரங்களில், நீங்கள் ஒப்படைத்துள்ள வேலை தொடர்பாக நீங்கள் எதையும் செய்வதற்குத்

தேவையிருக்காது என்பதையும், அனைத்தும் திட்டமிட்டபடி சென்று கொண்டிருக்கும் என்பதையும் கண்டு நீங்கள் மிகவும் வியப்படைவீர்கள். ஒரு தொழில்முறைப் பேச்சாளர் என்ற முறையிலும், கருத்தரங்குகளை நடத்துபவன் என்ற முறையிலும் நான் 61 நாடுகளில் நிகழ்ச்சிகளை நடத்தியிருக்கிறேன். பலதரப்பட்ட இடங்களுக்குச் சென்று, பலதரப்பட்ட விஷயங்களைப் பற்றிப் பேசுவதற்கு ஏகப்பட்ட விஷயங்களை ஒருங்கிணைக்க வேண்டும். குறிப்பாக, ஓரிடத்தைச் சரியான நேரத்தில் சென்றடைகின்ற விதத்தில் விமானப் பயணச்சீட்டுகளை முன்பதிவு செய்ய வேண்டும்.

சென்றடைகின்ற நேரத்தைப் பொறுத்தவரை, நான் பொதுவாக சிறிது முன்னதாகவே சென்றடைகின்ற விதத்தில்தான் என் பயண நிகழ்ச்சி நிரல்களை அமைத்துக் கொள்வேன். அப்படி ஓரிடத்திற்கு நான் சென்றடைகின்ற நேரத்தில் ஏதாவது மாற்றம் ஏற்பட்டால், அது குறித்து நான் முன்னதாகவே தெரிவித்துவிடுவேன் என்று நான் என் வாடிக்கையாளர்களிடம் கூறிவிடுவேன். அப்படி நேர்கின்ற சமயங்களில் நான் அவர்களை அழைத்து விஷயத்தைக் கூறிவிடவும் செய்வேன். இந்த விதிவிலக்கு மூலம் நிர்வாக உத்தியைப் பயன்படுத்துவதன் மூலம், என்னால், உலகின் பல பகுதிகளிலுள்ள நகரங்களுக்குச் சென்று பேசுவதையும் கருத்தரங்கு நடத்துவதையும் சுமூகமாகச் செய்ய முடிகிறது.

அத்தியாயம் பதினொன்று

உங்களை ஓர் ஆசிரியராகப் பாருங்கள்

தன் கீழ் இருப்பவர்களுக்கு வேலை செய்யக் கற்றுக் கொடுப்பது ஒரு மேலாளரின் கடமைகளில் ஒன்று. அதற்கு வேலைப் பகிர்வு ஒரு நல்ல கருவி.

நான் முதன்முறையாக ஒரு மேலாளராகப் பதவி உயர்வு பெற்றபோது, மக்கள் எப்போதும், தங்களுடைய வேலையை எப்படிச் செய்ய வேண்டும் என்று என்னிடம் கேட்டுக் கொண்டே இருந்தனர்.

சில நேரங்களில், புதியவர்கள் இந்தக் கேள்வியை என்னிடம் கேட்டனர். சில நேரங்களில், தொழிலுலகில் இருந்த அனுபவசாலிகள் இக்கேள்வியைக் கேட்டனர். நான் ஒரு குறிப்பிட்ட வேலையை ஒருவரிடம் ஒப்படைப்பதற்காக அவர்களோடு அமர்ந்து வேலை

விவாதிக்கத் தொடங்கும்போது, அவர்கள் வெறுமனே என்னைப் பார்த்து விழித்துக் கொண்டிருப்பர். சில நேரங்களில் அவர்கள் பதற்றமாகவும் இருப்பர். நான் அவர்களிடம் செய்து கொடுக்கும்படி கேட்கின்ற வேலையை எப்படிச் செய்வது என்பதை அவர்கள் அறிந்திராமல் இருந்ததுதான் அவர்களுடைய பாதுகாப்பின்மைக்குக் காரணம் என்பதை நான் இறுதியில் ஒருவழியாகக் கண்டுபிடித்தேன்.

நிர்வாகம் குறித்த என்னுடைய தவறான புரிதல்

அது எனக்குக் கடுமையாக எரிச்சலூட்டியது என்பது உண்மைதான். நான் என் தொழில் வாழ்க்கையில் சொந்தமாகக் கற்றுக் கொண்டதன் மூலமாகவும், விஷயங்களை மீண்டும் மீண்டும் பயிற்சி செய்ததன் மூலமாகவுமே நான் மேலாளர் பதவியை அடைந்திருந்தேன். அதனால், நான் மேலாளராக ஆன பிறகு, என் கீழ் பணியாற்றிக் கொண்டிருப்பவர்களும் என்னைப்போலவே தங்களுடைய வேலைகளைக் கற்றுக் கொண்டிருந்திருப்பர் என்று நான் அனுமானித்துக் கொண்டேன். குறிப்பாக, சாதாரணமான வேலைகள். நான் எண்ணற்றச் சிறிய மற்றும் பெரிய வேலைகளைத் தொடர்ந்து திறம்படச் செய்து வந்திருந்த காரணத்தினாலேயே எனக்கு மேலாளர் பதவி வழங்கப்பட்டிருந்தது என்பதை நான் புரிந்து கொண்டபோதுதான் என் கண்கள் திறந்தன. இப்போது என் கீழ் பணியாற்றிக் கொண்டிருக்கின்ற நபர்கள் அப்படித் தங்களுடைய வேலைகளில் நிபுணத்துவம் பெறாத காரணத்தினாலேயே அந்த நிலையில் தொடர்ந்து இருந்து கொண்டிருந்தனர்.

கற்றுக் கொடுப்பது உங்களுடைய வேலைதான்

தற்போது என் கீழ் பணியாற்றிக் கொண்டிருக்கின்ற ஊழியர்களுக்கு அவர்களுடைய வேலையைக்

கற்றுக் கொடுப்பது என் வேலைப் பொறுப்புகளில் முக்கியமானது என்பதை அக்கட்டத்தில் நான் புரிந்து கொண்டேன். பெரும்பாலான ஊழியர்களுக்கு, குறிப்பாகக் கீழ்நிலையில் இருப்பவர்களுக்கு, அவர்களுடைய வேலையை நான் கற்றுக் கொடுத்தாக வேண்டும். அவற்றில், வேலை தொடர்பான சரியான செயல்முறைகளும் நடைமுறைகளும் அடங்கும். கற்றுக் கொடுத்தல் என்பது ஒரு கூடுதல் பொறுப்போ அல்லது என்னுடைய வேலைக்கு இடைஞ்சலான ஒன்றோ அல்ல. அது என் பணியின் ஓர் அம்சம். முக்கியத்துவமும் மதிப்பும் குறைவான வேலைகளைப் பிறருக்குப் பகிர்ந்தளிப்பது எனக்கு நேரத்தை மிச்சப்படுத்திக் கொடுக்கும். அந்த நேரத்தை, முக்கியத்துவம் மிக்க, மதிப்புக் கூடுதலான வேலைகளைச் செய்வதற்கு என்னால் பயன்படுத்திக் கொள்ள முடியும்.

நீங்கள் எந்த மாதிரியான வேலை முறையைக் கடைபிடிக்க விரும்புகிறீர்கள் என்பதை உங்களுக்குக் கீழே பணியாற்றிக் கொண்டிருக்கின்ற நபர்களிடம் எடுத்துரைப்பதற்குப் போதுமான நேரத்தைச் செலவிடுங்கள். எடுத்துக்காட்டாக, நீங்கள் ஒரு குறிப்பிட்ட வேலையை ஒரு நபரிடம் ஒப்படைக்கவிருக்கிறீர்கள் என்று வைத்துக் கொள்வோம். அப்போது அவர்களிடம் நீங்கள், "என் அனுபவத்தின்படி, இந்த வேலையைச் செய்வதற்கு இதுதான் சிறந்த வழி; இந்த முறைப்படி, நீங்கள் இந்த வேலையை இங்கிருந்து துவக்க வேண்டும்; இப்படி, இப்படிச் செய்ய வேண்டும்; இது போன்ற ஒரு விஷயம் நிகழக்கூடும் என்பதால் நீங்கள் எச்சரிக்கையாக இருக்க வேண்டும்," என்று கூறலாம். இப்படித்தான் உங்களுடைய மக்களை உங்களால் வளர்த்தெடுக்க முடியும்.

கீழே உள்ளவர்களின் அறிவைப் பற்றி ஒருபோதும் முன்கூட்டியே அனுமானிக்காதீர்கள்

உங்களுக்குத் தெரிந்துள்ளது உங்களுக்குக் கீழே வேலை பார்ப்பவர்களுக்குத் தெரிந்திருக்கும் என்று நீங்களாகவே ஒருபோதும் அனுமானித்துக் கொள்ளாதீர்கள். ஒரு சமயம், நான் மூன்று முறை நேர்முகம் செய்து ஒருவரை ஒரு பதவிக்குத் தேர்ந்தெடுத்தேன். அவர் ஒரு கடின உழைப்பாளராகவும், தீர்க்கமானவராகவும் இருந்தார். ஒரு பிரபலமான பல்கலைக்கழகத்தில் அவர் எம்பிஏ பட்டம் பெற்றிருந்தார். அவர் வேலைக்குச் சேர்ந்த இரண்டாவது நாளோ அல்லது மூன்றாவது நாளோ, நான் அவரிடம், ஒரு மனை தொடர்பான கோப்பைக் கொடுத்து, அது குறித்த 'அனுமான அறிக்கை' ஒன்றைத் தயாரிக்கும்படி அவரைப் பணித்தேன்.

நான் அவரிடம் அது பற்றிப் பல முறை கேட்டப் பிறகும் அவர் அதை என்னிடம் தயாரித்துக் கொடுக்கவில்லை. ஒரு வாரம் கழித்து நான் அவரிடம் அது குறித்துத் துளைத்தெடுத்தபோதுதான், தனக்கு 'அனுமான அறிக்கை' என்றால் என்னவென்றே தெரியாது என்பதை அவர் என்னிடம் ஒப்புக் கொண்டார். என்னால் அதை நம்பவே முடியவில்லை. அனுமான அறிக்கை என்பது ஓர் அடிப்படை ஆவணம். ஒரு திட்டம் தொடர்பாகக் கிடைக்கக்கூடிய வருவாயைக் கணக்கிட்டு, அத்திட்டத்திற்கு ஆகக்கூடிய செலவுகளை அதிலிருந்து கழித்து, அதிலிருந்து எவ்வளவு இலாபம் கிட்டும் அல்லது போட்ட முதலீட்டுக்குப் பதிலீடாக எவ்வளவு வருவாய் கிடைக்கும் என்று கணிக்கின்ற ஒரு முறை அது. ஆனால், எம்பிஏ படித்திருந்த அந்த நபருக்கு அது என்னவென்றே தெரிந்திருக்கவில்லை. அதோடு, அது தொடர்பான விபரங்களை ஒரு புத்தகத்திலிருந்தோ அல்லது இணையத்திலிருந்தோ எப்படிப் பெறுவது என்பதைக்கூட அவர் அறிந்திருக்கவில்லை.

தெளிவாகவும் திட்டவட்டமாகவும் குறிப்பிடுங்கள்

நீங்கள் உங்களுடைய ஊழியர்களிடம் ஒரு வேலையை ஒப்படைக்கின்றபோது, அதிலிருந்து நீங்கள் என்ன விளைவை எதிர்பார்க்கிறீர்கள் என்பதையும், அதற்கான காரணம் என்ன என்பதையும் தெளிவாகக் கூறிவிட வேண்டும். இது மிகவும் முக்கியமானது. ஏனெனில், நீங்கள் எதை விரும்புகிறீர்கள், அதற்கான காரணம் என்ன என்பதை அவர்கள் அறிந்து கொண்டால், அதன் பலத்தையும் பலவீனங்களையும் அவர்களால் புரிந்து கொள்ள முடியும். அது அவர்கள் அந்த வேலையை விரைந்து செய்து முடிக்க வழி வகுக்கும். அதோடு, அதில் மேம்பாடுகளை ஏற்படுத்துவதும் அவர்களுக்குச் சாத்தியப்படும்.

ஓர் ஆசிரியர் என்ற முறையில், நீங்கள் உங்களுடைய ஊழியர்களைப் பொறுமையாகக் கையாள வேண்டும், அவர்களுக்கு ஆதரவாக இருக்க வேண்டும், அவர்களை ஊக்குவிக்க வேண்டும். புதிய தகவல்களைக் கற்றுக் கொள்கின்றபோது, அவற்றைக் கிரகித்துக் கொள்ள மக்களுக்குச் சிறிது காலம் பிடிக்கும் என்பதை நீங்கள் நினைவில் வைத்திருக்க வேண்டும். பெரும்பாலான நபர்கள், விவாதிப்பதன் மூலமும் அலசுவதன் மூலமும் புதிய வேலைகளைக் கற்றுக் கொள்கின்றனர். நீங்கள் கற்றுக் கொடுத்துக் கொண்டிருக்கின்ற நபர், நிறைய கேள்விகள் கேட்டாலோ அல்லது மீண்டும் மீண்டும் உங்களிடம் வந்து சந்தேகங்களைக் கேட்டாலோ பொறுமை இழக்காதீர்கள். நீங்கள் பொறுமை இழந்தால், அந்த ஊழியர் அதனால் ஊக்கமிழந்து கேள்விகள் கேட்பதைக் குறைத்துக் கொள்வார். அவர் அந்த வேலையை முழுமையாகப் புரிந்து கொள்வதற்கு அது ஒரு தடையாக இருக்கும்.

கேள்விகளை ஊக்குவியுங்கள், பின்னூட்டக்கருத்துகளைத் தெரிவியுங்கள்

உங்களுடைய ஊழியர்கள் உங்களிடம் கேள்விகள் கேட்பதை மட்டுப்படுத்தும் விதமாக நீங்கள் நடந்து கொண்டால், உங்களைத் திருப்திப்படுத்துவதற்காக, உங்களுடைய முறையான உள்ளீடுகள் இல்லாமல் அவர்கள் தாங்களாகவே அந்த வேலையைச் செய்யத் தொடங்கிவிடுவர். அதன் விளைவாக அவர்கள் பல தவறுகளைப் புரியக்கூடும். அவை உங்களுக்கு நேர விரயத்தையும் பண விரயத்தையும் ஏற்படுத்தக்கூடும்.

உங்களுடைய ஊழியர்களுக்கு நீங்கள் கற்றுக் கொடுக்கும்போது, அவர்களிடமிருந்து கேள்விகளை ஊக்குவியுங்கள், அவர்களுக்குப் பின்னூட்டக்கருத்துகளைக் கொடுங்கள். நீங்கள் அவர்களிடம், "இதில் உங்களுக்கு ஏதாவது சந்தேகங்கள் இருந்தால், நீங்கள் என்னிடம் எப்போது வேண்டுமானாலும் வந்து அவற்றைத் தீர்த்துக் கொள்ளலாம். உங்களுடைய பிரச்சனை எதுவாக இருந்தாலும், என்னிடம் வாருங்கள். அதை நான் தீர்த்து வைக்கிறேன்," என்று கூறுங்கள்.

உங்களிடமிருந்து அறிவுரைகளையும் உள்நோக்குகளையும் பெறுவதற்கு உங்களை அடிக்கடி வந்து சந்திப்பதற்கு அவர்களுக்கு ஊக்கமளியுங்கள். உங்களுடைய ஊழியர்களின் திறமை குறித்து உங்களுக்குச் சந்தேகம் இருந்தால், அவர்களுடைய வேலையைக் கண்காணிப்பதற்கு கால அட்டவணை ஒன்றை உருவாக்கிக் கொள்ளுங்கள். அந்த நேரத்தில் அவர்களோடு அமர்ந்து, அவர்களுடைய வேலையின் முன்னேற்றம் குறித்துக் கேட்டறிந்து கொள்ளுங்கள்.

ஒரு குறிப்பிட்ட வேலையை எப்படிச் செம்மையாகச் செய்வது என்பதைக் கற்றுக் கொடுப்பது உங்களுடைய விளைவுகளைப் பல மடங்கு பெருக்கும். உங்களுடைய ஊழியர் ஒருவருக்கு ஒரு புதிய

வேலையை எப்படிச் சிறப்பாகச் செய்வது என்பதை நீங்கள் கற்றுக் கொடுத்துவிட்டால், உங்களுடைய அந்த வேலையை நீங்கள் அவரிடம் ஒப்படைத்துவிட்டு வேறு முக்கியமான வேலைகளில் உங்கள் கவனத்தைச் செலுத்தலாம்.

அத்தியாயம் பன்னிரண்டு

உங்கள் ஊழியர்களிடம் தன்னம்பிக்கையை வளர்த்தெடுங்கள்

மகிழ்ச்சிக்கும் உச்சபட்சச் செயல்திறனுக்கும் தேவைப்படுகின்ற முக்கியமான அம்சம் தன்னம்பிக்கை. ஆனால், ஒரு புதிய வேலையைத் தொடங்குகின்றபோது, நாம் அனைவருமே சிறிது தடுமாற்றத்துடன்தான் இருப்போம். இந்த பயத்தைக் குறைத்து ஊக்குவிப்பை அதிகரிப்பதுதான் ஒரு மேலாளரின் கடமை.

உங்களுடைய ஊழியர்களிடமிருந்து நேர்மறையானவற்றை எதிர்பார்ப்பதாகத் தொடர்ந்து அவர்களிடம் கூறி வருவது, அவர்களிடம் தன்னம்பிக்கையை உருவாக்குவதற்கான ஓர் ஆற்றல்மிக்க

வழியாகும். ஒரு நேர்மறையான எதிர்பார்ப்பு ஒருவரிடம் தன்னம்பிக்கையை ஊக்குவிப்பதில் ஒரு பெரும் பங்கு வகிக்கிறது.

மிகச் சிறந்தவற்றையே எதிர்பாருங்கள்

எதிர்பார்ப்பு விதி இவ்வாறு கூறுகிறது: "தன்னம்பிக்கையுடன் நீங்கள் எதை எதிர்பார்த்தாலும், அது உங்களுடைய சுயதீர்க்கதரிசனமாக ஆகிவிடும்."

நாம் குழந்தைகளாக இருக்கும்போது, நம்முடைய பெற்றோரின் எதிர்பார்ப்பு நம்மீது பெரும் தாக்கம் ஏற்படுத்துகிறது. நாம் வளர்ந்து பெரியவர்களாக ஆகின்றபோது நாம் எப்படிப்பட்டவர்களாக உருவாகிறோம் என்பதன்மீதும் அது ஒரு கணிசமான தாக்கம் ஏற்படுத்துகிறது. தேர்வுகளில் சிறந்த மதிப்பெண்களை வாங்குவது, விளையாட்டில் ஜொலிப்பது உட்பட, நீங்கள் முயற்சி செய்கின்ற எந்தவொரு விஷயத்திலும் நீங்கள் வெல்வீர்கள் என்ற நேர்மறையான எதிர்பார்ப்பை உங்கள் பெற்றோர் உங்களிடம் வெளிப்படுத்துகின்றபோது, அவர்களுக்காக நீங்கள் அந்த எதிர்பார்ப்பை நிறைவேற்றுகின்ற அளவுக்கு நீங்கள் உங்களை உயர்த்திக் கொள்வீர்கள்.

நீங்கள் வளர்ந்து வருகின்ற காலத்தில், உங்கள் உடன்பிறந்தவர்கள் மற்றும் உங்கள் சகாக்களின் தாக்கத்திற்கு நீங்கள் ஆளாகிறீர்கள். எப்போதும் விமர்சிக்கப்பட்டுக் கொண்டிருக்கின்ற ஒரு சூழலில் வளர்ந்துவருகின்றநபர்களைக்காட்டிலும்,நேர்மறையான எதிர்பார்ப்புகள் நிகழ்கின்ற ஒரு சூழலில் வளர்கின்ற நபர்கள் எப்போதுமே உயர்ந்த செயல்திறனுடன் இயங்குகின்றனர், வெற்றியாளர்களாகத் திகழ்கின்றனர்.

நீங்கள் ஒரு பெற்றோராக இருக்கும்பட்சத்தில், உங்களுடைய குழந்தைகளிடம் நீங்கள் கொண்டிருக்கின்ற நேர்மறையான எதிர்பார்ப்புகள், அவர்கள் வளர்ந்து பெரியவர்களாக ஆகின்றபோது அவர்கள் எப்படி

இருப்பார்கள் என்பதன்மீது அளப்பரிய தாக்கம் ஏற்படுத்தும். மிகச் சிறந்த பெற்றோர், தங்களுடைய குழந்தைகளின் வாழ்க்கையின் அனைத்து அம்சங்களிலும் நேர்மறையான எதிர்பார்ப்புகளை வெளிப்படுத்துவர்.

ஒரு பெற்றோரின் வடிவிலான மேலாளர்

வேலைச் சூழலில் மேலாளர்தான் அந்தப் பெற்றோரின் நிலையை எடுத்துக் கொள்கிறார். ஒரு மேலாளரின் நேர்மறையான எதிர்பார்ப்பு ஒவ்வோர் ஊழியரின்மீதும் பெரும் தாக்கம் ஏற்படுத்துகிறது. நல்லதற்கோ அல்லது கெட்டதற்கோ, ஒவ்வொருவரும் பிறர் தங்கள்மீது வைக்கின்ற எதிர்பார்ப்புகளைப் பூர்த்தி செய்கின்ற விதத்தில் வாழத் தலைப்படுகின்றனர். ஒரு மேலாளர் என்ற முறையில் நீங்கள் உங்களுடைய ஊழியர்கள்மீதும், உங்களுடைய மேலதிகாரி உங்கள்மீதும் ஏற்படுத்துகின்ற தாக்கம், நாம் நம்முடைய வேலையில் எப்படிச் செயலாற்றுகிறோம் என்பதைத் தீர்மானிக்கிறது.

அதனால், எப்போதுமே உங்களுடைய ஊழியர்கள்மீது நம்பிக்கையை வெளிப்படுத்துங்கள். அவர்களிடம், “உங்களால் இதைச் சிறப்பாகச் செய்ய முடியும் என்பது எனக்குத் தெரியும். எனக்கு உங்கள்மீது முழு நம்பிக்கை இருக்கிறது. நான் உங்கள்மீதும் உங்களுடைய திறமைமீதும் நம்பிக்கை வைத்திருக்கிறேன்,” என்ற ரீதியில் நீங்கள் பேசலாம்.

உங்களுக்கு உங்களுடைய ஊழியர்மீது உள்ளூர ஒரு சிறு சந்தேகம் இருந்தால்கூட, வெளியே அவர்மீது நம்பிக்கையை வெளிப்படுத்துங்கள். நீங்கள் அவர்மீது வைத்துள்ள நம்பிக்கைக்குப் பாத்திரமாக நடந்து கொள்ள அவர் தன்னால் ஆன அனைத்தையும் செய்வார். இந்த ஒரு காரணத்திற்காகவே நீங்கள் உங்களுடைய ஊழியர்களிடம் ஒரு நேர்மறையான எதிர்பார்ப்பை வெளிப்படுத்த வேண்டும்.

அவர்களுக்கு மிக உயர்ந்த தரத்தை நிர்ணயம் செய்யுங்கள்

உங்களுடைய ஊழியர்களிடம், நீங்கள் கொடுக்கின்ற வேலைகளை அவர்களால் கண்டிப்பாகச் சிறப்பாகச் செய்ய முடியும் என்று கூறுவதோடு, அந்த வேலையில் அவர்கள் ஏதாவது நெருக்கடியையோ அல்லது பிரச்சனையையோ சந்தித்தால் உங்களிடமிருந்து அறிவுரையையும் ஆலோசனையையும் பெறுவதற்காக உங்களை அவர்கள் எப்போது வேண்டுமானாலும் அணுகலாம் என்றும் அவர்களிடம் கூறுங்கள். அப்படி அவர்கள் உங்களை அணுகுகின்றபோது, உங்களால் முடிகின்ற அனைத்து உதவிகளையும் அவர்களுக்குச் செய்வதாக வாக்களியுங்கள்.

உங்களுடைய ஊழியர்கள் ஒவ்வொருவர் குறித்தும் உங்களிடம் எத்தகைய எதிர்பார்ப்பு இருக்கிறது? உங்களுடைய எதிர்பார்ப்பை நீங்கள் வெளிப்படையாகக் கூறாவிட்டாலும் அதை அவர்களால் உணர முடியும். அதனால், ஒருவருக்கு ஒரு வேலையை ஒதுக்குகின்றபோது, அவர்மீது நீங்கள் நம்பிக்கை வைத்துள்ளதாக அவரிடம் தெரிவியுங்கள். அவர் அந்த வேலையை மிகச் சிறப்பாகச் செய்து முடிப்பதற்குத் தேவையான ஊக்குவிப்பை அவருக்கு வழங்குங்கள்.

உங்களுடைய மக்களை வளர்த்தெடுங்கள்

"எப்போதுமே சிறந்தவற்றையே எதிர்பாருங்கள்!" என்பதே உங்களுடைய கொள்கையாக இருக்க வேண்டும். உங்களுடைய மக்களிடம், அவர்கள் சிறப்பாக வேலை செய்யக்கூடியவர்கள் என்று தொடர்ந்து கூறி வருவதன் மூலம் அவர்களிடம் நல்ல குணநலன்களை உங்களால் வளர்த்தெடுக்க முடியும். வின்ஸ்டன் சர்ச்சில் கூறியபடி, "உங்களால் ஒருவரிடம்

செல்வாக்குச் செலுத்த முடியும் என்றால், அவரிடம் இல்லாத ஒரு பண்புநலன் அவரிடம் இருப்பதாகக் கூறுங்கள். நீங்கள் கூறியது சரி என்பதை நிரூபிக்க அவர் தன்னால் முடிகின்ற அனைத்தையும் செய்ய முற்படுவார்."

எல்லாவற்றுக்கும் மேலாக, உங்களிடமிருந்தும் சிறந்தவற்றையே எதிர்பாருங்கள். உங்களுடைய சொந்த எதிர்பார்ப்புகளைப் பூர்த்தி செய்யவே நீங்களும் முனைவீர்கள். உங்களுக்குள் எந்த அளவுக்கு நீங்கள் சிறப்பாக உணர்கிறீர்களோ, அதே அளவுக்குத்தான் உங்களால் புறச் சூழலிலும் செயல்பட முடியும். அதனால், உங்களைப் பற்றி நீங்கள் கொண்டிருக்கின்ற எதிர்பார்ப்பைத் தொடர்ந்து உயர்த்திக் கொண்டே இருங்கள்.

அத்தியாயம் பதின்மூன்று

தீர்மானம் எடுக்கின்ற அதிகாரத்தைப் பகிர்ந்தளியுங்கள்

உங்களுக்குக் கீழே வேலை பார்ப்பவர்களிடம், அறிவு, எடைபோடுகின்ற திறமை, முன்னோக்கு ஆகியவற்றை வளர்த்தெடுக்க நீங்கள் விரும்பினால், தீர்மானங்கள் எடுக்கின்ற அதிகாரத்தையும், பிரச்சனைகளைத் தீர்க்கின்ற பொறுப்பையும் அவர்களிடம் பகிர்ந்தளிப்பதுதான் அதற்கான ஒரே வழி. ஆனால், மேலாளர்களைப் பொறுத்தவரை இதுதான் மிகவும் கடினமானதும்கூட. ஏனெனில், பிரச்சனைகளைத் தீர்ப்பதும் தீர்மானங்களை எடுப்பதும்தான் தங்களுடைய முதன்மையான பொறுப்பு என்று அவர்கள் கருதிக் கொண்டிருக்கின்றனர். அதில் உண்மை இல்லை என்று கூறிவிட முடியாது. ஆனால், உங்களுடைய ஊழியர்கள்

தங்களிடம் தன்னம்பிக்கையை வளர்த்துக் கொள்ளவும் சுயசார்புடன் இயங்கவும் வேண்டும் என்று நீங்கள் விரும்பினால், அதிகாரத்தையும் பொறுப்பையும் நீங்கள் பிறருக்குப் பகிர்ந்து கொடுத்துத்தான் ஆக வேண்டும்.

தீர்மானம் எடுக்கின்ற அதிகாரத்தைப் பகிர்ந்தளிப்பது மிகவும் ஆற்றல்வாய்ந்த ஊக்குவிப்பாகும். அதை நீங்கள் உங்களுக்குக் கிடைக்கின்ற அனைத்துச் சந்தர்ப்பங்களின்போதும் பயன்படுத்த வேண்டும். உங்களுடைய ஊழியர்கள் ஏதாவது ஒரு தீர்மானம் எடுப்பது தொடர்பாக உங்களை அணுகினால், முடிந்தபோதெல்லாம், அத்தீர்மானத்தை அவர்களே எடுத்துக் கொள்ளுமாறு அவர்களிடம் கூறிவிடுங்கள். அப்படி அவர்கள் வருகின்றபோது, அவர்கள் என்ன செய்ய வேண்டும் என்று கூறுவதற்குப் பதிலாக, "இதற்கு என்ன செய்யலாம் என்று நீங்கள் நினைக்கிறீர்கள்?" என்று அவர்களிடமே கேளுங்கள்.

அவர்களைப் பொறுப்பேற்றுக் கொள்ளச் செய்யுங்கள்

நீங்கள் இன்னும் ஒரு படி மேலே செல்ல விரும்பினால், அந்த நபரிடம், "நீங்கள்தான் இதற்குப் பொறுப்பு. அதனால், இதை நீங்களே கையாண்டு கொள்ளுங்கள்," என்று கூறிவிடுங்கள்.

எந்தத் துறையில் இருந்தாலும், வெற்றியாளர்கள், தீர்வுகள் காண்பதில் தீவிரமாக இருப்பர். அவர்கள் தீர்வுகளில்தான் தங்களுடைய கவனத்தைக் குவிப்பர், தீர்வுகள் குறித்தே எப்போதும் சிந்தித்துக் கொண்டிருப்பர். அதன் விளைவாக, அவர்கள் பிரச்சனைகளைத் தீர்ப்பதில் மேன்மேலும் மேம்பட்டுக் கொண்டே இருப்பர்.

சில நேரங்களில், நான் நடத்துகின்ற கருத்தரங்குகளில் கலந்து கொள்பவர்களிடம், "பிரச்சனை உள்ளவர்கள் யாராவது இங்கு இருக்கிறீர்களா?" என்று நான்

கேட்பேன்.

எல்லோருடைய கைகளும் உடனே உயரும். அவர்களிடம் நான் இவ்வாறு கூறுவேன்: "எல்லாருக்கும் பிரச்சனைகள் இருக்கத்தான் செய்யும். அவை கடலலைகளைப்போல இடைவிடாமல் தொடர்ந்து வந்து கொண்டே இருக்கும். அதனால், அவற்றை எதிர்கொள்வதற்கான சரியான கேள்வி, 'அன்றாட வாழ்வின் பிரச்சனைகளைத் தீர்ப்பதில் நான் எந்த அளவுக்குத் திறமைசாலியாக இருக்கிறேன்?' என்பதுதான்."

உங்கள் வாழ்வில் தொடர்ந்து வந்து கொண்டிருக்கின்ற பிரச்சனைகளுக்கு ஒரே ஒரு முறைதான் ஓர் இடைவெளி கிடைக்கும். அது ஒரு நெருக்கடி வருகின்ற சமயம். உங்களுடைய தனிப்பட்ட வாழ்க்கையில் அல்லது தொழில் வாழ்க்கையில், பொதுவாக இரண்டு அல்லது மூன்று மாதங்களுக்கு ஒரு முறை ஒரு நெருக்கடி வரும். அதை நீங்கள் திறமையுடன் கையாளாவிட்டால், அது உங்களுடைய வாழ்க்கையை அல்லது தொழிலைத் தடம்புரள வைத்துவிடும். அது ஒரு பொருளாதார நெருக்கடியாக இருக்கலாம், ஒரு தொழில் நெருக்கடியாக இருக்கலாம், குடும்ப நெருக்கடியாக இருக்கலாம், அல்லது ஆரோக்கியம் தொடர்பான நெருக்கடியாக இருக்கலாம். ஆனால், வாழ்க்கை என்றால், வாழ்நாள் முழுவதும் சிறிய பிரச்சனைகளும் பெரிய நெருக்கடிகளும் முளைத்துக் கொண்டேதான் இருக்கும்.

பிரச்சனைகள் வாய்ப்புகளாக இருக்கலாம்

அடையப்படாத ஓர் இலக்கு என்பது தீர்க்கப்படாத ஒரு பிரச்சனையாகும். ஒரு விற்பனை இலக்கு அடையப்படவில்லை என்றால், அது தீர்க்கப்பட வேண்டிய ஒரு பிரச்சனை. உங்களுக்குக் கீழே பணியாற்றுபவர் அல்லது சக ஊழியர் ஒருவருடனான

மோதல் என்பது வெறுமனே கையாளப்பட வேண்டிய ஒரு பிரச்சனை மட்டுமே.

அன்றாடம் நீங்கள் எதிர்கொள்கின்ற பிரச்சனைகளைத் தீர்க்கின்ற உங்களுடைய திறமை, உங்களுடைய வெற்றியையும், வேலையில் உங்கள் முன்னேற்றத்தையும், பதவி உயர்வையும் தீர்மானிக்கிறது. பிரச்சனைகளை வெற்றிகரமாகத் தீர்க்கின்ற திறமை, அறிவு, மற்றும் மனப்போக்கு உங்களிடம் இருப்பதை நீங்கள் வெளிப்படுத்துகின்றபோது, உங்களுக்குப் பதவி உயர்வு கொடுக்கப்பட்டு, அதைவிடப் பெரிய பிரச்சனைகளைத் தீர்ப்பதற்கான வாய்ப்புகள் வழங்கப்படும். ஹென்ரி கிஸ்ஸிங்கர் கூறியதுபோல, “பிரச்சனைகளைத் தீர்ப்பதற்கு உங்களுக்குக் கிடைக்கின்ற வெகுமதி, அதைவிடப் பெரிய பிரச்சனைகளைத் தீர்ப்பதற்கான ஒரு வாய்ப்பே.”

உங்களுடைய திறமையைப் பட்டை தீட்டிக் கொள்ளுங்கள்

உச்சபட்சச் செயல்திறனுடன் செயல்பட்டுக் கொண்டிருக்கின்ற நபர்கள், ஒரு பிரச்சனையைத் தீர்ப்பது எப்படி, ஓர் இலக்கை அடைவது எப்படி, தடைகளைத் தகர்த்தெறிவது எப்படி என்று எப்போதுமே யோசித்துக் கொண்டிருப்பர். மறுபுறம், சராசரியாகச் செயல்பட்டுக் கொண்டிருக்கின்ற மக்கள், யார்மீது பழி போடலாம் என்றே யோசித்துக் கொண்டிருப்பர். அது அவர்களுக்குக் கோபமூட்டுகிறது, அவர்களுடைய செயல்திறனைக் குறைக்கிறது.

“தலைமைத்துவம் என்பது பிரச்சனைகளைத் தீர்ப்பது,” என்று காலின் போவெல் கூறியிருக்கிறார். வெற்றியும் பிரச்சனைகளைத் தீர்ப்பதற்கான திறன்தான். ஏதாவது ஒன்று தவறாகப் போகையில், பிறர்மீது பழி சுமத்துவதற்கு அல்லது கோபப்படுவதற்குப் பதிலாக, நீங்கள் ஒவ்வொரு பிரச்சனையையும் ஒரு மேலாளராக

ஆவதற்கான ஒரு வாய்ப்பாகப் பார்க்க வேண்டும்.

இது உங்களுடைய ஊழியர்களுக்கும் பொருந்தும். உங்களுடைய ஊழியர்களுக்குத் தீர்ப்பதற்குப் பிரச்சனைகளைக் கொடுப்பதன் மூலமும், அவற்றைத் தீர்க்கின்ற செயல்முறையில் வல்லவர்களாக ஆக அவர்களுக்கு உதவுவதன் மூலமும், அவர்களை மேலும் தன்னம்பிக்கைமிக்கவர்களாகவும், கூடுதல் தகுதியுடையவர்களாகவும், மதிப்புமிக்கவர்களாகவும் ஆக்க முடியும். அவர்கள் எவ்வளவு அதிகமான பிரச்சனைகளைத் தாங்களே தீர்த்துக் கொள்கிறார்களோ, நீங்கள் தனிப்பட்ட முறையில் தீர்ப்பதற்கு அவ்வளவு குறைவான பிரச்சனைகள் உங்களுக்கு இருக்கும்.

பிரச்சனைகளைத் தீர்க்கின்ற திறன்தான் அவர்களுடைய வருங்காலத்தை நிர்ணயிக்கிறது என்பதை நீங்கள் உங்களுடைய ஊழியர்களுக்குப் புரிய வைப்பது ஒரு மேலாளர் என்ற முறையில் உங்களுடைய முக்கியமான பணிகளில் ஒன்று. நீங்கள் ஒரு முன்மாதிரியாக இருந்து இதைச் செய்ய வேண்டும். கடந்தகாலம் குறித்தோ, என்ன நடந்தது என்பது குறித்தோ அல்லது அதற்கு யார் காரணம் என்பது குறித்தோ பேச மறுத்துவிடுங்கள். மாறாக, வருங்காலத்தின்மீது கவனத்தைக் குவியுங்கள். தீர்வுகளில் மட்டும் கவனத்தைக் குவியுங்கள். பிரச்சனையைத் தீர்ப்பதற்கு அல்லது அதன் பாதிப்பை மட்டுப்படுத்துவதற்கு என்ன நடவடிக்கைகள் எடுக்கப்பட வேண்டும் என்பதில் கவனத்தைக் குவியுங்கள். இது போன்ற ஓர் அணுகுமுறைதான், தனிநபர் என்ற முறையிலும், நிறுவனத்தின் ஓர் அங்கம் என்ற முறையிலும், உயர்ந்த செயல்திறனுக்கு உங்களை இட்டுச் செல்லும்.

பிரச்சனைகளைத் தீர்க்கும் செயல்முறை

உங்களுடைய ஊழியர்கள் ஒரு பிரச்சனையை எதிர்கொண்ட உடனேயே, அதைத் தூக்கிக் கொண்டு

உங்களிடம் ஓடி வருவதற்குப் பதிலாக, பிரச்சனையைத் தீர்ப்பதற்கும் தீர்மானங்களை எடுப்பதற்கும் இட்டுச் செல்கின்ற நான்கு கட்டச் செயல்முறை ஒன்றை முயற்சி செய்து பார்க்குமாறு அவர்களிடம் கூறுங்கள். பல மேலாளர்கள் இந்தச் செயல்முறையைப் பயன்படுத்தி, தங்களுக்குக் கீழே இருப்பவர்கள் தங்களிடம் கொண்டு வருகின்ற பிரச்சனைகளின் எண்ணிக்கையைக் கணிசமாகக் குறைத்துள்ளனர்.

1. எழுதி வைத்துக் கொள்ளுதல். உங்களுடைய ஊழியர்கள் உங்களிடம் வருவதற்கு முன்பாக, அவர்கள் எதிர்கொண்டுள்ள பிரச்சனையையும் அதற்கான தீர்வு என்று அவர்கள் கருதுகின்ற ஒன்றையும் எழுதி வைத்துக் கொள்ள வேண்டும் என்பதை நடைமுறைப்படுத்துங்கள்.

   பிரச்சனைக்குத் தீர்வு காண்பதற்கு மேற்கொள்ளப்படுகின்ற விவாதங்களில் ஐம்பது சதவீத நேரம், பிரச்சனை என்ன என்பதைத் தெளிவுபடுத்திக் கொள்வதில் செலவழிக்கப்படுகிறது. அந்த விவாதத்தில் ஈடுபட்டிருப்பவர்கள், அது குறித்தச் சரியான முடிவுக்கு வர முடியாமல் திணறுவர். உங்களிடம் வருவதற்கு முன்பு அப்பிரச்சனையைப் பற்றி எழுதி வைத்துக் கொள்ள வேண்டும் என்று நீங்கள் வற்புறுத்துகின்றபோது, பெரும்பாலான நேரங்களில், அவர்கள் எழுதிய பிறகு அதற்கான தீர்வை அவர்களே கண்டுபிடித்துவிடுவர். உங்களிடம் வர வேண்டிய தேவையே அவர்களுக்கு இல்லாமல் போய்விடும். பிரச்சனையைத் தெளிவுபடுத்திய உடனேயே அதற்கான தீர்வு தானாகவே வெளிப்பட்டுவிடும்.

"துல்லியமான நோயறிதலே பாதி நிவாரணத்தைக் கொடுத்துவிடும்," என்ற கூற்றை நீங்கள் கேள்விப்பட்டிருப்பீர்கள்.

2. காரணத்தைக் கண்டறிதல். உங்களுடைய ஊழியர்கள் உங்களிடம் கொண்டு வருகின்ற பிரச்சனை எதன் காரணமாக உருவாகியிருக்கும் என்று அவர்களையே கண்டுபிடிக்குமாறு கோருங்கள். அது ஏன், எப்படி நிகழ்ந்தது? இதையும் எழுத்தில் வடித்துக் கொள்ளுங்கள். ஒரு பட்டியலை உருவாக்குங்கள். பிரச்சனைக்கான காரணத்தை அறிந்து கொண்டவுடன், அதற்கான தீர்வைக் கண்டுபிடிப்பது அவ்வளவு கடினமாக இருக்காது.
3. தீர்வுகளை அடையாளம் காணுதல். உங்களுடைய ஊழியர்களையே பிரச்சனைக்குத் தீர்வுகளை அல்லது மாற்று ஏற்பாடுகளைக் கண்டுபிடிக்குமாறு கூறுங்கள். ஒரு பிரச்சனைக்கு உங்களால் எவ்வளவு அதிக எண்ணிக்கையில் தீர்வுகளை யோசிக்க முடிகிறதோ, சரியான தீர்வுகளை வந்தடைவது அவ்வளவு எளிதாக இருக்கும். ஒரு பிரச்சனைக்கு ஒரே ஒரு தீர்வு முன்மொழியப்பட்டால், அது குறித்து எச்சரிக்கையாக இருங்கள்.
4. தீர்மானம் எடுத்தல். அந்தச் சூழலுக்குப் பொருத்தமான தீர்வு எது என்பதைத் தீர்மானிக்கின்ற பொறுப்பையும் உங்களுடைய ஊழியர்களிடமே விட்டுவிடுங்கள். அவர்கள் அதை ஏன் தேர்ந்தெடுத்தார்கள் என்பதை விவரிக்குமாறு அவர்களிடம் கேட்டுக் கொள்ளுங்கள். இருக்கின்ற பல தீர்வுகளில்

அவர்கள் ஒன்றைத் தேர்ந்தெடுத்துள்ளதற்கு என்ன காரணம் என்பதை அவர்கள் விளக்க வேண்டும்.

உங்களுடைய ஊழியர்கள், பிரச்சனைகளைத் தீர்ப்பதற்கான இந்த நான்கு கட்டச் செயல்முறையைத் தாங்களாகவே மேற்கொண்ட பிறகுதான், உங்களுடைய அறிவுரையையும் ஆலோசனையையும் பெறுவதற்கு அவர்கள் உங்களை அணுக வேண்டும்.

இந்த எளிய செயல்முறையை அமல்படுத்துகின்ற மேலாளர்கள், தங்களுடைய ஊழியர்களுடன் பிரச்சனைகளைத் தீர்ப்பதற்குச் செலவிடுகின்ற நேரத்தில் 75 சதவீதத்திற்கும் அதிகமான நேரம் மிச்சப்படுவதைக் கண்டு வியக்கின்றனர். அந்த ஊழியர்கள் இந்தச் செயல்முறையைப் பயன்படுத்தி, தங்களுடைய சொந்தத் தீர்வுகளை வந்தடைந்து, அவற்றைப் பயன்படுத்திப் பிரச்சனைகளைத் தீர்த்துக் கொள்கின்றனர்.

ஒரு மேலாளர் என்ற முறையில் நீங்களும் இந்தச் செயல்முறையைப் பயன்படுத்தலாம். உங்களுக்கு எந்தப் பிரச்சனை வந்தாலும், முதலில் அதைத் தெளிவாக வரையறை செய்யுங்கள். அடுத்து, அந்தப் பிரச்சனை எப்படி முளைத்தது என்று அலசுங்கள். மூன்றாவது, அந்தப் பிரச்சனைக்குப் பல்வேறு தீர்வுகளை யோசியுங்கள். இறுதியாக, அனைத்தையும் கணக்கில் எடுத்துக் கொள்கின்றபோது, அத்தீர்வுகளில் எது கச்சிதமான தீர்வாக இருக்கும் என்பதைத் தீர்மானியுங்கள்.

அத்தியாயம் பதினான்கு

எதிர்பார்ப்புகள் நிறைவேற்றப்பட்டுள்ளனவா என்று சோதியுங்கள்

முக்கியமான வேலைகள் பகிர்ந்தளிக்கப்படுகின்றபோது, அவை குறித்த எதிர்பார்ப்புகள் நிறைவேற்றப்பட்டுக் கொண்டிருக்கின்றனவா என்பதைச் சோதிப்பது அவசியம். அவ்வப்போது அச்சோதனைகள் நிறைவேற்றப்பட வேண்டும். அதற்காக நீங்கள் எப்போதும் அவருக்குப் பின்னால் நின்று கொண்டு, அவர் என்ன செய்து கொண்டிருக்கிறார் என்று எட்டிப் பார்த்துக் கொண்டிருக்க வேண்டும் என்று நான் கூற வரவில்லை. பகிர்ந்தளிக்கப்பட்டுள்ள

வேலை, திட்டமிட்டுள்ளபடி ஒழுங்காகச் சென்று கொண்டிருக்கிறதா என்பதை விவாதிப்பதற்கு, பகிர்ந்தளித்துக் கொண்டிருக்கும்போதே அதற்கான கால அட்டவணை ஒன்றைத் தயாரித்துக் கொள்ள வேண்டும் என்றுதான் நான் கூற வருகிறேன்.

நீங்கள் ஒரு வேலையை உங்களுக்குக் கீழே இருப்பவரிடம் பகிர்ந்தளிக்கின்றபோது, அந்த வேலை முக்கியமான ஒன்று என்பதை அவரிடம் வலியுறுத்த வேண்டும். அப்படிச் செய்வதன் மூலம், அவர் ஒரு முக்கியமான நபர் என்று நீங்கள் மறைமுகமாகச் சொல்கிறீர்கள். அந்த நபர் ஒரு முக்கியமான வேலையில் ஈடுபட்டிருப்பதால், தான் தன் குழுவிற்கு ஒரு முக்கியமான பங்களிப்பை வழங்கிக் கொண்டிருக்கிறோம் என்ற உணர்வு அவரிடம் மேலோங்கும். அவரிடம் ஒப்படைக்கப்பட்டுள்ள வேலையின் முன்னேற்றத்தை நீங்கள் அவ்வப்போது சோதிக்க விரும்புகின்றபோது, அவ்வப்போது சோதிக்க வேண்டிய அளவுக்கு அது முக்கியத்துவம் வாய்ந்தது என்ற செய்தியை நீங்கள் அவரிடம் மறைமுகமாகத் தெரிவிக்கிறீர்கள். அது அவரை மேலும் முக்கியத்துவம் வாய்ந்தவராகவும் மதிப்புமிக்கவராகவும் உணரச் செய்கிறது.

உங்களுக்குக் கீழே உள்ளவர்களிடம் ஒப்படைக்கப்பட்டுள்ள வேலை முக்கியத்துவம் வாய்ந்தது என்பதை நீங்கள் அவர்களிடம் நேரடியாகவும் மறைமுகமாகவும் உணர்த்துகின்றபோது, அவர்கள் அதைத் தங்களால் முடிந்த அளவு சிறப்பாகச் செய்து முடிக்க ஆர்வம் காட்டுவர், நீங்கள் நிர்ணயித்துள்ள காலக்கெடுவிற்கு முன்னரே முடித்துக் கொடுக்க அவர்கள் முயற்சிப்பார்கள்.

நீங்கள்தான் பொறுப்பு

வேலைப் பகிர்வு என்பது பொறுப்புத் துறப்பு அல்ல. நீங்கள் உங்களுடைய வேலையை உங்களுக்குக் கீழே

பணியாற்றும் ஒருவரிடம் ஒப்படைத்துவிட்டிருக்கலாம் என்றாலும், அதன் விளைவுகளுக்கு நீங்கள்தான் உங்களுடைய மேலதிகாரிகளிடம் பதில் சொல்லியாக வேண்டும். ஒரு வேலையை ஒப்படைத்துவிட்டு, அதை நீங்கள் தொடர்ந்து கண்காணிக்காமல் இருப்பதன் மூலம், நீங்கள் உங்களுடைய பொறுப்பைத் துறக்கிறீர்கள், உங்களுடைய பொறுப்பிலிருந்து கழன்று கொள்ள முனைகிறீர்கள். ஆனால், ஒரு மேலாளர் என்ற முறையில் உங்களால் ஒருக்காலும் உங்களுடைய பொறுப்பைத் துறக்க முடியாது.

அப்படி நீங்கள் ஒரு வேலையை உங்களுக்குக் கீழே இருப்பவரிடம் ஒப்படைத்துவிட்டு, அதன் முன்னேற்றத்தைக் கண்காணிக்காமல் இருந்துவிட்டால், ஒருவேளை அதில் தவறுகள் நிகழக்கூடும். அப்படி நிகழ்கின்ற தவறுகளால் நேரமும் பணமும் கடுமையாக விரயமாகக்கூடிய நிலை உருவாகலாம்.

சுற்றி வருவதன் மூலம் நிர்வாகம்

சுற்றி வருவதன் மூலம் நிர்வாகம் என்பது ஒரு பிரபலமான நிர்வாக உத்தியாகும். நீங்கள் உங்களுடைய ஊழியர்களிடம் ஒப்படைத்துள்ள வேலைகள் குறித்தப் பின்னூட்டக்கருத்துகளை உரிய காலத்தில் பெறுவதற்கான சிறந்த உத்தி இது. நீங்கள் பின்னூட்டக்கருத்துகளைச் சரியான நேரத்தில் பெறுகின்றபோது, அந்த வேலை தடம் புரள்கின்றபோது உங்களால் விரைவாகச் செயல்நடவடிக்கையில் இறங்க முடியும்.

நீங்கள் உங்களுடைய ஊழியர்களிடையே வெறுமனே சுற்றி வருகின்றபோது, அந்த வேலையின் முன்னேற்றம் குறித்து அறிந்து கொள்வதற்கு ஒரு வார காலமோ அல்லது ஒரு மாத காலமோ காத்திருக்க வேண்டிய அவசியமில்லாமல் போய்விடும். நீங்கள் உங்களுடைய அலுவலகத்திற்குள் வெறுமனே சுற்றி வந்து

உங்களுடைய ஊழியர்களிடம் பொதுவாகக் குசலம் விசாரித்தாலே அவர்கள் தங்களுடைய வேலையின் முன்னேற்றம் குறித்து உங்களிடம் கூறிவிடுவார்கள். ஒரு மேலாளர் என்ற முறையில் அது உங்களுக்கு மிகவும் மதிப்பு வாய்ந்ததாக அமையும்.

நீங்கள் உங்களுடைய அலுவலகத்திற்குள் சுற்றி அலைந்து, உங்களுடைய ஊழியர்களின் வேலைகளை மறைமுகமாகச் சோதிக்கின்றபோது, அவர்களுக்கு நீங்கள் வழங்கியுள்ள பணியை அவர்கள் எளிதாகச் செய்து கொண்டிருக்கிறார்களா அல்லது திணறிக் கொண்டிருக்கிறார்களா என்பதை உங்களால் உடனடியாக அறிந்து கொள்ள முடியும். அதை அடிப்படையாக வைத்து, அவர்களுடைய பணிச் சுமையை உங்களால் கூட்டவோ அல்லது குறைக்கவோ முடியும். நீங்கள் ஒதுக்கியுள்ள வேலைகளைச் செய்ய முடியாத நிலையில் இருக்கின்ற ஊழியர்களுக்கு, தேவையெனில் வேறு நபர்கள் உதவி செய்வதற்கு நீங்கள் ஏற்பாடு செய்யலாம்.

நீங்கள் ஒதுக்கியுள்ள வேலையைச் செய்ய ஒருவர் திணறிக் கொண்டிருக்கும் பட்சத்தில், அதை மாற்றியமைக்க நீங்கள் தயாராக இருக்க வேண்டும். இன்று தொழிலுலகச் சூழல் படுவேகமாக மாறிக் கொண்டிருப்பதால், நேற்று நீங்கள் ஒருவரிடம் ஒரு வேலையை ஒப்படைத்திருந்தபோது சரியானதாகத் தோன்றிய ஒன்று இன்று அப்படி இல்லாமல் போகலாம். அப்படிப்பட்டச் சூழலில், அந்த வேலையை மாற்றியமைக்கவோ அல்லது அதை வேறு ஒருவருக்கு ஒதுக்கவோ நீங்கள் தயங்கக்கூடாது.

அத்தியாயம் பதினைந்து

ஊழியர்களுக்குப் பின்னூட்டக்கருத்துகளைக் கொடுத்து அவர்களை வளர்த்தெடுங்கள்

நிர்வாகம் குறித்த மிகச் சிறந்த மேற்கோள்களில் ஒன்று, கென்னத் பிளான்சார்டின் இந்த கூற்று: "பின்னூட்டக்கருத்துதான் வெற்றியாளர்களின் காலை உணவு."

வேலைச் சூழலில், அடிக்கடி வழங்கப்படுகின்ற பின்னூட்டக்கருத்துகள் ஒரு மிகப் பெரிய ஊக்குவிப்பாக அமையும். தாங்கள் செய்து கொண்டிருக்கின்ற வேலை குறித்து ஊழியர்களுக்கு வழமையாகப்

பின்னூட்டக்கருத்துகள் சென்றடையாவிட்டால், விரைவில் அவர்கள் ஊக்கமிழக்கக்கூடும், வேலையில் நாட்டம் இழக்கவும்கூடும். தாங்கள் செய்து கொண்டிருக்கின்ற வேலை அல்லது தங்களுக்கு ஒதுக்கப்பட்டுள்ள வேலை முக்கியத்துவம் அற்றதுபோலும் என்ற முடிவுக்கு அவர்கள் வரக்கூடும்.

உங்களுக்கும் உங்களுடைய ஊழியர்களுக்கும் இடையே பரிமாறிக் கொள்ளப்படுகின்ற பின்னூட்டக்கருத்துகள், உங்கள் இருவருக்கும் இடையே நிகழ்கின்ற கருத்துப் பரிமாற்றத்தின் ஒரு முக்கிய வடிவமாகும். எப்படி நீங்கள் உங்களுடைய குடும்பத்தாருடன் அடிக்கடிக் கருத்துப் பரிமாற்றத்தில் ஈடுபடுவீர்களோ, அதுபோலவே, உங்களுக்குக் கீழே பணியாற்றிக் கொண்டிருக்கின்ற ஒவ்வொருவருடனும் நீங்கள் அடிக்கடிக் கருத்துப் பரிமாற்றத்தில் ஈடுபட்டாக வேண்டும்.

நடுநிலையான பின்னூட்டக்கருத்துகளை அளியுங்கள்

வெற்றிகரமான பின்னூட்டக்கருத்துகளைக் கொடுப்பதற்கு, அவை நடுநிலையானவையாக இருப்பதை உறுதி செய்து கொள்ளுங்கள். நீங்கள் ஒருவரிடம் ஒப்படைத்திருந்த வேலையை அந்த நபர் திருப்திகரமாகச் செய்யாமல் இருந்தால், அது குறித்துக் கோபம் கொள்ளாதீர்கள், பொறுமை இழக்காதீர்கள். மாறாக, வெறுமனே அதை ஒரு தகவலாக அவரிடம் தெரிவியுங்கள். அதை ஒரு பெரும் பிழையாகச் சித்தரிக்காதீர்கள். அல்லது, அந்த நபர் தன் செயலை நியாயப்படுத்தத் தூண்டுகின்ற எந்தக் காரியத்தையும் செய்யாதீர்கள்.

எடுத்துக்காட்டாக, உங்களுடைய ஊழியர்களில் ஒருவரிடம் நீங்கள் ஒப்படைத்திருந்த வேலையை, குறித்தக் காலக்கெடுவுக்குள் அவர் செய்து கொடுக்கவில்லை

என்று வைத்துக் கொள்வோம். அப்போது அந்த நபருக்கு நீங்கள், “இந்த வேலை வெள்ளிக்கிழமை மதியத்திற்குள் முடிந்திருக்க வேண்டும். அதன் நிலை என்ன?” என்று மட்டும் குறிப்பிட்டு ஒரு மின்னஞ்சல் அனுப்பலாம். அல்லது, இதையே அவரிடம் நேரில் கேட்கலாம்.

உங்களுடைய ஊழியர்களுக்குச் சமநிலையுடன்கூடிய பின்னூட்டக்கருத்துகளை அளிக்கின்ற திறனை நீங்கள் வளர்த்துக் கொண்டால், அவர்கள் உங்களுடைய அபிப்பிராயங்கள் மற்றும் யோசனைகளை ஒரு திறந்த மனத்துடன் ஏற்றுக் கொள்ளத் தயாராக இருப்பார்கள்.

நீங்கள் உங்களுடைய ஊழியர்களிடம் அவர்களுடைய வேலை குறித்தப் பின்னூட்டக்கருத்துகளைத் தெரிவிக்கின்றபோது, ஒன்று, அவர்கள் தங்களுடைய வேலையைச் சிறப்பாகச் செய்து கொண்டிருக்கிறார்கள் என்று கூற வேண்டும் அல்லது அதை மோசமாகச் செய்து கொண்டிருக்கிறார்கள் என்று கூற வேண்டும் என்று பலர் நினைத்துக் கொண்டிருக்கின்றனர். ஆனால், பெரும்பாலான நேரங்களில், உங்களுடைய பின்னூட்டக்கருத்துகள் அந்த நபரைத் தனிப்பட்ட முறையில் எடைபோடாமல், அவருடைய செயலால் ஏற்பட்டுள்ள விளைவுகளைப் பற்றி மட்டும் இருந்தாலே போதுமானது.

ஒரு விளையாட்டு நடுவர்போலச் செயல்படுங்கள்

நேரக் கண்காணிப்பு மூலம் நிர்வகிக்கின்ற முறை என்ற ஒன்று இருக்கிறது. அதைப் பயிற்சி செய்யுங்கள். விளையாட்டுப் போட்டிகள் நடைபெறுகின்றபோது, நேரக் கண்காணிப்பாளர்கள் எப்படி நேரத்தையும் அணிகள் பெற்றுள்ள மதிப்பெண்களையும் மட்டுமே கூறுவார்களோ, அதுபோலவே, நீங்களும் உங்களுடைய

ஊழியர்களின் விற்பனை மற்றும் செயல்திறனைப் பற்றி மட்டுமே பின்னூட்டக்கருத்துகளைக் குறிப்பிடுங்கள். அவர்கள் தங்களுடைய இலக்குகளில் பின்தங்கி இருந்தால், உடனே சுதாரித்துக் கொண்டு முழுமூச்சுடன் வேலையில் ஈடுபட அது வழி வகுக்கும்.

உங்களுடைய ஊழியர்கள் எப்படிச் செயல்பட்டுக் கொண்டிருக்கிறார்கள் என்பதை அவர்களிடம் அடிக்கடித் தெரிவியுங்கள். குறிப்பாக, அவர்கள் சிறப்பாகச் செயல்பட்டுக் கொண்டிருந்தால் அதை அவர்களிடம் நேரடியாகத் தெரிவியுங்கள். பொதுவாக, ஊழியர்கள் தங்களுடைய வேலையைத் தாங்கள் எப்படிச் செய்து கொண்டிருக்கிறோம் என்பதைத் தெரிந்து கொள்வதில் மிகுந்த அக்கறை காட்டுவர். குறிப்பாக, தங்களுடைய சகாக்களுடன் ஒப்பிடுகையில் தாங்கள் எப்படிச் செயல்பட்டுக் கொண்டிருக்கிறோம் என்பதை அவர்கள் அறிந்து கொள்ளத் துடிப்பார்கள்.

நேர்மறையான ஒப்பீடுகளை வழங்குங்கள்

ஆறாம் அத்தியாயத்தில் நாம் 'சமூக ஒப்பீட்டு முறையைப்' பற்றி பார்த்திருந்தது உங்களுக்கு நினைவிருக்கலாம். பொதுவாக, தனிப்பட்ட வாழ்கையிலும் சரி, தொழில் வாழ்க்கையிலும் சரி, நம்மைப் பிறரோடு ஒப்பிட்டு நம்மை நாம் எடைபோடுகிறோம். ஒப்பீட்டு நோக்கில் உங்களுடைய நிறுவனம் பிற நிறுவனங்களைவிடச் சிறப்பாகச் செயல்பட்டுக் கொண்டிருந்தால், அச்செய்தியை நீங்கள் உங்களுடைய ஊழியர்களுடன் பகிர்ந்து கொள்ளுங்கள். போட்டி நிறைந்த ஒரு சந்தையில் தாங்கள் ஒரு வெற்றிகரமான நிறுவனத்தில் வேலை செய்து கொண்டிருக்கிறோம் என்பதைத் தெரிந்து கொள்ள மக்கள் விரும்புவர்.

நீங்கள் உங்களுடைய அலுவலகத்திற்குள் சுற்றி வருகின்றபோது, மக்கள் சிறப்பான செயல்களைச்

செய்து கொண்டிருந்தால், அவர்களைக் 'கையும் களவுமாகப்' பிடியுங்கள்! உங்களுடைய ஊழியர்களைப் பாராட்டுவதற்கும் அவர்களுடைய செயல்திறனைப் பற்றிச் சிலாகித்துப் பேசுவதற்கும் கிடைக்கின்ற எந்தவொரு சந்தர்ப்பத்தையும் நழுவவிட்டுவிடாதீர்கள். உங்களுடைய ஊழியர்களிடம் அவர்கள் சிறப்பாகச் செயல்பட்டுக் கொண்டிருக்கிறார்கள் என்று நீங்கள் கூறினால், அவர்கள் அதனால் பெரும் ஊக்கமடைவர், வருங்காலத்தில் இன்னும் சிறப்பாகச் செயல்பட முனைவர்.

உடனடி வெகுமதிகளை வழங்குங்கள்

ஐபிஎம் நிறுவனத்தின் நிறுவனரான தாமஸ் வாட்சன், தன்னுடைய தொழிற்சாலைகள் மற்றும் அலுவலகங்களுக்கு அடிக்கடி விஜயம் செய்வதை வழக்கமாகக் கொண்டிருந்தார். அப்போது அவர் மறக்காமல் தன் கையில் ஒரு காசோலைப் புத்தகத்தையும் எடுத்துச் செல்வாராம். அவருடைய ஊழியர்களில் யாராவது ஒருவர் சிறப்பான காரியங்களைச் செய்து கொண்டிருப்பதை அவர் கண்டால், உடனே அங்கேயே அந்த ஊழியரின் பெயரில் ஒரு காசோலையை எழுதி அவருடைய கையில் கொடுத்துவிடுவாராம். அது ஐந்து டாலர்கள் அல்லது பத்து டாலர்கள் போன்ற சிறிய தொகையாகக்கூட இருக்கும். ஆனால், அந்தப் பெருந்தன்மையின் வெளிப்பாட்டின் தாக்கம் மிகப் பெரியதாக இருக்கும்.

தங்களுடைய நிறுவனத்தின் தலைவரிடமிருந்து தங்களுக்குக் கிடைத்துள்ள காசோலையை அவர்கள் சட்டமிட்டுத் தங்களுடைய அறையின் சுவர்களில் மாட்டி வைத்திருப்பர். அவர்கள் அதைப் பற்றித் தங்களுடைய குடும்பத்தாரிடமும் நண்பர்களிடம் பெருமையாகப் பேசுவர். தங்களுடைய சமூக வட்டத்தில் உள்ளவர்களிடம் அது குறித்துத் தம்பட்டம்

அடித்துக் கொள்வர்.

உங்களுடைய ஊழியர்களுக்கு அடிக்கடி நேர்மறையான பின்னூட்டக்கருத்துகளைக் கொடுப்பது அவர்களை மிகவும் ஊக்கப்படுத்தும். தங்கள்மீது நீங்கள் அக்கறை கொண்டுள்ளீர்கள் என்ற உணர்வை அது அவர்களுக்கு ஏற்படுத்தும். அதோடு, தாங்கள் செய்து கொண்டிருக்கின்ற வேலை குறித்து, குறிப்பாக, அது கடினமாக இருக்கும்போது, நீங்கள் நன்றாக அறிந்து வைத்துள்ளீர்கள் என்ற உணர்வு அவர்களுக்கு ஊக்கமளிக்கும்.

நேர்மையான தவறுகளைக் கண்டுகொள்ளாதீர்கள்

உங்களுடைய ஊழியர்கள் தவறு செய்கின்றபோது, அது குறித்துப் பேசாமல் இருக்கக் கற்றுக் கொள்ளுங்கள். பெற்றோர் தங்களுடைய குழந்தைகளைப் பாராட்டுவதைக் காட்டிலும் திட்டுவது அதிகம் என்று கூறப்படுவதுண்டு. இதே போக்குத்தான் பல நிறுவனங்களிலும் நிலவுகிறது. பெரும்பாலான நிறுவனங்களில், மேலாளர்கள் தொடர்ந்து தங்களுடைய ஊழியர்களைக் காய்ச்சி எடுத்துக் கொண்டிருப்பர். எப்போதாவது அத்தி பூத்தாற்போல அவர்களிடமிருந்து பாராட்டுகள் கிடைக்கும்.

வேலை செய்வதற்குச் சிறந்த இடங்கள் குறித்து மேற்கொள்ளப்பட்டுள்ள ஆய்வுகளில் பங்கேற்றுள்ள ஊழியர்கள், தாங்கள் சிறு சிறு தவறுகள் செய்தால் அதைத் தங்களுடைய நிறுவனங்கள் பெரிதுபடுத்துவதில்லை என்பது தாங்கள் தங்களுடைய நிறுவனத்தை விரும்புவதற்கு ஒரு காரணம் என்று குறிப்பிட்டுள்ளனர். தலைசிறந்த நிறுவனங்கள் தம்முடைய ஊழியர்கள் புதிய விஷயங்களைப் பரிசோதித்துப் பார்ப்பதற்கான சூழல்களை ஏற்படுத்திக் கொடுக்கின்றன. அப்படி அவர்கள் அதை முயற்சி செய்து பார்க்கின்றபோது,

அவர்கள் பல தவறுகள் செய்யக்கூடும் என்பதை அந்நிறுவனங்கள் அறிந்திருந்தும் அவை அம்முயற்சியை அனுமதிக்கின்றன.

முடிந்த அளவு சிறப்பாகச் செயல்பட ஊழியர்களை ஊக்குவியுங்கள்

ஒலிம்பிக்கில் தங்கப் பதக்கம் வென்ற மேரி லூ ரெட்டன், ஒரு நேர்காணலில், தன்னுடைய அம்மா கூறியிருந்த ஒரு விஷயம் தன்னுடைய ஒட்டுமொத்தத் தொழில்வாழ்க்கையைச் செதுக்கி வடிவமைத்ததாகக் குறிப்பிட்டார். ஒரு குறிப்பிட்டப் போட்டியில் மேரி சரியாகச் செயல்படவில்லை. அது குறித்து அவர் மிகவும் மனவருத்தத்துடன் இருந்தார். அதைக் கண்ட அவருடைய அம்மா, அவரிடம், "மேரி, நீ போட்டிகளில் தலைசிறந்து விளங்க வேண்டியது, உன்னால் முடிந்த அளவு சிறப்பாகச் செயல்படுவதைவிட முக்கியமானதல்ல," என்று கூறினார்.

அதுபோலவே, ஒரு மேலாளர் என்ற முறையில், உங்களுடைய ஊழியர்கள் தங்களால் முடிந்த அளவு சிறப்பாகச் செயல்படுவதற்கு அவர்களை ஊக்குவிப்பதுதான் உங்களுடைய இலக்காக இருக்க வேண்டும். நிறுவனத்திற்கு அவர்களுடைய பங்களிப்பு எந்த அளவுக்கு மதிப்பு வாய்ந்ததாக இருக்கிறது என்பதை வெளிப்படுத்துகின்ற பாராட்டுகளையும் அங்கீகாரத்தையும் அவர்களுக்குத் தொடர்ந்து வழங்கிக் கொண்டிருங்கள். பின்னூட்டக்கருத்துகள் உண்மையிலேயே வெற்றியாளர்களுக்கான காலை உணவுதான்.

அத்தியாயம் பதினாறு

ஊழியர்களைத் தொடர்ந்து ஊக்குவியுங்கள்

உச்சபட்சச் செயல்திறனுக்கும் உத்வேகத்துடன் இயங்குவதற்கும் உயர்ந்த சுயமதிப்பு மிகவும் அவசியம். தாங்கள் முக்கியத்துவம் வாய்ந்தவர்கள், தாங்கள் வெற்றியாளர்கள் என்று உணர்வதற்கான தேவை ஒவ்வொருவருக்கும் இருக்கிறது. உங்களுடைய ஊழியர்களை வெற்றியாளர்களாக உணரச் செய்வதற்கு ஐந்து விஷயங்கள் அவசியம் தேவை.

முதலாவதாக, உங்களுடைய ஊழியர்களுக்கு இலக்குகளை நிர்ணயித்து அவர்களுடைய சுயமதிப்பை உயர்த்துங்கள். உங்களால் குறி வைக்க முடியாத ஓர் இலக்கை உங்களால் ஒருபோதும் அடைய முடியாது.

இரண்டாவதாக, உங்களுடைய ஊழியர்களுக்கு

அவர்களுடைய வேலைக்கான தரத்தை நிர்ணயம் செய்யுங்கள். அவர்கள் தங்களுடைய இலக்கை நோக்கிச் சென்று கொண்டிருக்கின்றபோது, தாங்கள் எப்படிச் செயல்பட்டுக் கொண்டிருக்கிறோம் என்பதை அவர்கள் அறிந்து கொள்ளட்டும்.

மூன்றாவதாக, உங்களுடைய ஊழியர்களால் உண்மையிலேயே அடைய முடியக்கூடிய இலக்குகளை அவர்களுக்காக நிர்ணயித்துக் கொடுங்கள். அப்போதுதான், தங்களால் ஒன்றைச் சாதிக்க முடியும் என்ற நம்பிக்கை அவர்களுக்குப் பிறக்கும்.

நான்காவதாக, உங்களுடைய ஊழியர்கள் குறித்து உள்ளுக்குள் உங்களுடைய எண்ணம் எதுவாக இருந்தாலும், அவர்களிடமிருந்து சிறப்பான விளைவுகளைப் பெறுவீர்கள் என்ற நேர்மறையான எதிர்பார்ப்புகளை வளர்த்துக் கொள்ளுங்கள். “இந்த வேலையை உங்களால் சிறப்பாகச் செய்ய முடியும் என்பதை நான் அறிவேன்,” அல்லது, “உங்கள்மீது எனக்கு முழுமையான நம்பிக்கை இருக்கிறது,” என்ற ரீதியில் அவர்களிடம் பேசுங்கள்.

ஐந்தாவதாக, அவர்கள் செய்துள்ள நல்ல காரியத்திற்காக அவர்களைப் பாராட்டுங்கள், அவர்களை அங்கீகரியுங்கள். ஊழியர்கள் ஒரு வேலையைச் சிறப்பாகச் செய்து முடித்து, நிர்ணயிக்கப்பட்ட இலக்கைச் சாதித்தப் பிறகு, அது அங்கீகரிக்கப்படாமல், குறிப்பாகத் தங்களுடைய மேலதிகாரியால் கண்டுகொள்ளப்படாமல் போகின்றபோது, அவர்களால் வெற்றியாளர்களாக உணர முடியாது. உங்களுடைய ஊழியர்களைத் தனியாகப் பாராட்டுவதற்கும், பலருடைய முன்னிலையில் பாராட்டுவதற்கும் கிடைக்கின்ற ஒவ்வொரு வாய்ப்பையும் பயன்படுத்திக் கொள்ளுங்கள். நீங்கள் உங்களுடைய ஊழியர்களைத் தனியாகப் பாராட்டுகின்றபோது அவர்களுக்குக் கிடைக்கின்ற ஊக்குவிப்பைப்போல இரண்டு மடங்கு ஊக்குவிப்பு, அவர்களை நீங்கள் அவர்களுடைய

சகாக்களின் முன்னிலையில் பாராட்டுகின்றபோது அவர்களுக்குக் கிடைக்கும். அது அவர்களுடைய வருங்காலச் செயல்திறனில் வெளிப்படும்.

ஊழியர்களை முக்கியத்துவம் வாய்ந்தவர்களாக உணரச் செய்யுங்கள்

சர்வதேச அளவில் வெற்றிகரமாகத் திகழ்கின்ற, பெண்களுக்கான ஒப்பனைப் பொருட்களை விற்பனை செய்கின்ற நெட்வொர்க் மார்க்கெட்டிங் நிறுவனம் ஒன்றைத் தோற்றுவித்த மேரி கே ஆஷ், தன்னுடைய ஊழியர்களிடம், ஒவ்வொருவரும் தங்களுடைய கழுத்தில், "என்னை முக்கியத்துவம் வாய்ந்தவராக உணரச் செய்யுங்கள்" என்ற வாசக அட்டையைத் தொங்கவிட்டுக் கொண்டு நடப்பதைப்போலக் கற்பனை செய்து கொள்ளுமாறு வலியுறுத்தினார். அவர்கள் வாடிக்கையாளர்களைச் சந்திக்கின்றபோது அவர்களையும் இதே நோக்குடன் நடத்துமாறு அவர் அறிவுறுத்தினார்.

உங்களுடைய ஊழியர்களிடமிருந்து மிகச் சிறந்த செயல்திறனை வெளியே கொண்டுவருவதற்கு நீங்கள் கீழ்க்கண்ட ஐந்து ஊக்குவிப்புகளைப் பயன்படுத்தலாம்:

1. *அங்கீகரித்தல்:* பொதுவாக, தங்களைச் சுற்றியுள்ள மக்களால் தாங்கள் ஏற்றுக் கொள்ளப்பட வேண்டும் என்ற ஆழமான தேவை ஒவ்வொருவருக்குள்ளும் இருக்கிறது. குறிப்பாக, தங்களுடைய மேலதிகாரிகளால் தாங்கள் அங்கீகரிக்கப்பட வேண்டும், மதிக்கப்பட வேண்டும் என்ற ஏக்கம் மக்களுக்கு இருக்கிறது. உங்களுடைய ஊழியர்களை நீங்கள் நிபந்தனையின்றி ஏற்றுக்

கொள்கிறீர்கள் என்பதை அவர்களுக்கு எப்படித் தெரிவிப்பது என்று நீங்கள் வியக்கலாம். அவர்களைச் சந்திக்கின்ற ஒவ்வொரு முறையும் இதமான, கனிவான ஒரு புன்னகையை அவர்களை நோக்கி நீங்கள் வீசினால் போதும்.

உங்களை எவரும் பார்த்துக் கொண்டிருக்கவில்லை என்று நீங்கள் நினைத்துக் கொண்டிருந்தாலும், நீங்கள் அவதானிக்கப்பட்டுக் கொண்டுதான் இருக்கிறீர்கள் என்பதை ஒருபோதும் மறக்காதீர்கள். நீங்கள் செய்கின்ற ஒவ்வொரு காரியமும், நீங்கள் உதிர்க்கின்ற ஒவ்வொரு சொல்லும் உங்களுக்குக் கீழே இருப்பவர்களால் அவதானிக்கப்பட்டு வருகின்றன. அவை அவர்களுடைய நடத்தையின்மீது தாக்கம் ஏற்படுத்துகின்றன.

2. பாராட்டுதல்: உங்களுடைய ஊழியர்கள் தாங்கள் மேற்கொள்கின்ற ஒவ்வொரு வேலைக்கும் எடுத்துக் கொள்கின்ற ஒவ்வொரு பொறுப்புக்கும் அவர்களுக்கு நன்றி கூறுங்கள். நன்றி என்ற சொல்தான் எந்த மொழியிலும் உள்ள மிகவும் சக்தி வாய்ந்த சொல்லாகும்.

3. வியந்து போற்றுதல்: பிறரிடம் வியந்து பாராட்டுவதற்கு எதையாவது கண்டுபிடிக்க முயலுங்கள். ஒருவர் அணிகின்ற ஆடை அல்லது அவர்கள் தங்களுடன் வைத்திருக்கின்ற கைப்பை போன்ற பொருட்கள் நன்றாக இருப்பதாக அவர்களிடம் வியந்து தெரிவியுங்கள். அவர்களுடைய சிகையலங்காரம்,

காலணிகள், கார் போன்றவற்றைப் பற்றி வியந்து ஓரிரு வார்த்தைகளைச் சொல்லுங்கள். அவர்கள் வித்தியாசமாக எதையாவது செய்தால் அதற்காக அவர்களைப் பாராட்டுங்கள். ஒரு குறிப்பிட்ட வேலையை உரிய காலத்திற்குள் முடிப்பதற்காக அவர்கள் இரவு முழுவதும் கண்விழித்து உழைத்திருக்கலாம். அவர்கள் உங்களுக்கு மிகவும் உதவிகரமாக இருந்துள்ளதற்காக அவர்களுக்குப் பாராட்டுகளைத் தெரிவியுங்கள்.

4. ஆமோதித்தல்: உங்களுக்குக் கீழே வேலை பார்ப்பவர்களின் செயல்களை ஆமோதியுங்கள். அது அவர்களுடைய சுயமதிப்பை உயர்த்தும். பிறர் தங்களை முக்கியத்துவம் வாய்ந்தவர்களாகவும் மதிப்பு வாய்ந்தவர்களாகவும் கருத வேண்டும் என்ற ஆழ்விருப்பம் ஒவ்வொருவருக்குள்ளும் இயல்பாகவே இருக்கிறது. அதனால், பிறரை ஆமோதிப்பதற்கான சந்தர்ப்பங்களைத் தேடுங்கள்.

5. கவனக்குவிப்பு: உங்களுடைய ஊழியர்கள் உங்களிடம் பேச விரும்பினால், அதைக் காது கொடுத்துக் கேளுங்கள். தங்களுடைய மேலதிகாரிகளுடன் பேச வேண்டும் என்ற தாகம் மக்களிடம் எப்போதும் இருக்கும். அவர்கள் தங்களுடைய மேலதிகாரிகளுடன் உட்கார்ந்து நிதானமாகவும் சுதந்திரமாகவும் பேச விரும்புகின்றனர்.

உங்களுடைய ஊழியர்கள் கூறுவதைக் காது கொடுத்துக் கேளுங்கள்

பிறர் கூறுவதைக் காது கொடுத்துக் கேட்டல் என்பது 'வெள்ளை மாயாஜாலம்' என்று அழைக்கப்படுகிறது. பிறர் பேசுகின்றபோது, கீழ்க்கண்ட நான்கு விஷயங்களை நீங்கள் செய்தால், உங்களிடம் பேசுகின்ற நபரை அது வெகுவாக ஊக்குவிக்கும்:

முதலாவது, பிறர் பேசிக் கொண்டிருக்கின்றபோது, குறுக்கிடாமல் கேட்டுக் கொண்டிருக்க வேண்டும். அக்கணத்தில் அந்த நபர் பேசிக் கொண்டிருப்பதைக் கேட்டுக் கொண்டிருப்பதுதான் உலகிலேயே மிக முக்கியமான விஷயம் என்பதுபோலக் காது கொடுத்துக் கேளுங்கள். மனித உறவுகளை வளர்த்தெடுப்பதற்கான மிக முக்கியமான பண்புநலன் இது.

இரண்டாவது, பதிலளிப்பதற்கு முன்பு சிறிது இடைவெளி விடுங்கள். உங்களிடம் பேசிக் கொண்டிருக்கின்ற நபர் பேசி முடித்தவுடன் உடனடியாக அதற்குப் பதிலளிக்காதீர்கள். சில நொடிகள் இடைவெளி விடுங்கள். அந்த இடைவெளி உங்களுக்குப் பல நன்மைகளைக் கொடுக்கும். பேசிக் கொண்டிருப்பவர் தன் எண்ணங்களைத் தொகுத்துக் கொள்வதற்கும், அடுத்து என்ன பேசலாம் என்பதைத் தீர்மானிப்பதற்கும் அது அவர்களுக்கு வாய்ப்பளிக்கும். ஒரு சிறு இடைவெளி விடுவதன் மூலம், நீங்கள் அந்த நபரின் கூற்றுக்கு முக்கியத்துவம் அளிக்கிறீர்கள் என்ற எண்ணத்தை நீங்கள் அவரிடம் தோற்றுவிக்கிறீர்கள். இடைவெளி, நீங்கள் சரியான சொற்களைத் தேர்ந்தெடுத்துப் பயன்படுத்துவதற்கு உங்களுக்கு வாய்ப்பளிக்கும்.

மூன்றாவதாக, கேள்விகள் கேட்டுச் சந்தேகங்களைத் தீர்த்துக் கொள்ளுங்கள். அடுத்தவர் கூறியுள்ளதை நீங்கள் முழுமையாகப் புரிந்து கொண்டுவிட்டதாக ஒருபோதும் அனுமானித்துக் கொள்ளாதீர்கள். அவர்கள் பேச்சு தவறாகப் புரிந்து கொள்ளப்படுவதற்கு வாய்ப்பிருந்தால்,

"நீங்கள் என்ன சொல்ல வருகிறீர்கள்?" என்பது போன்ற கேள்விகளைக் கேட்டுத் தெளிவுபடுத்திக் கொள்ளுங்கள். இந்தக் கேள்வி பொதுப்படையானதாக இருப்பதால், இதை நீங்கள் எந்தச் சந்தர்ப்பத்தில் வேண்டுமானாலும் பயன்படுத்தலாம்.

நான்காவதாக, அவர்கள் கூறியதை அவர்களிடமே திருப்பிக் கூறுங்கள். அவர்கள் கூறியதை வேறு வார்த்தைகளில் அவர்களிடம் ஒப்பியுங்கள். உங்களிடம் பேசிக் கொண்டிருப்பவர் கூறியதை நீங்கள் முழுமையாகப் புரிந்து கொண்டுள்ளீர்கள் என்பதை அவருக்குத் தெரியப்படுத்துவதற்கான விரைவான வழி இது. எடுத்துக்காட்டாக, "நீங்கள் கூறியதை நான் சரியாகப் புரிந்து கொண்டுவிட்டேனா என்று நான் தெரிந்து கொள்ள விரும்புகிறேன்," என்ற ரீதியில் கூறிவிட்டு, பின் அவர் கூறியதைச் சுருக்கமாக உங்களுடைய வார்த்தைகளில் விவரியுங்கள். சில நேரங்களில், அதற்கு அந்த நபர் கூறுகின்ற பதிலால் நீங்கள் வியப்பின் உச்சிக்கே செல்லக்கூடும். "இல்லை. நான் கூற வந்தது அதுவல்ல," என்று அவர் சொல்லக்கூடும்.

பிறரை மதியுங்கள்

ஏற்கனவே பார்த்துள்ளதுபோல, பிறரை முக்கியத்துவம் உள்ளவர்களாக உணர வைப்பதற்கு அவர்கள்மீது கவனத்தைக் குவிப்பது மிகவும் அவசியம். பிறரிடம் நீங்கள் மதிக்கின்ற ஒன்றின்மீது கவனத்தைக் குவிப்பது நல்ல பலனளிக்கும். நீங்கள் பிறரிடம் ஒரு கேள்வியைக் கேட்டுவிட்டு, அவர்கள் கூறிக் கொண்டிருக்கின்ற பதிலை உன்னிப்பாகக் கேட்டுக் கொண்டிருந்தால், அவருடைய எண்ணங்களை நீங்கள் மதிக்கிறீர்கள் என்பதையும், அதன் மூலம் அவரையும் நீங்கள் பெரிதாக மதிக்கிறீர்கள் என்பதையும் நீங்கள் அவருக்குத் தெரியப்படுத்துகிறீர்கள்.

அத்தியாயம் பதினொரு

சூழ்நிலைக்கு ஏற்றத் தலைமைத்துவத்தைப் பயிற்சி செய்யுங்கள்

வெவ்வேறு வகையான வேலைச் சூழ்நிலைகளில் திறம்படச் செயலாற்றுவதற்கு மேலாளர்கள் வெவ்வேறு வகையான பாணிகளைக் கடைபிடிக்க வேண்டியிருக்கும். சில வேலைச் சூழல்களில் மன அழுத்தம் அதிகமாக இருக்கும். சில வேலைச் சூழல்களில் நீங்கள் தொழில்முறை சார்ந்த ஊழியர்களைக் கையாள வேண்டியிருக்கும், சில சூழல்களில் சாதாரணமான நபர்கள் உங்களுக்குக் கீழே பணியாற்றிக் கொண்டிருப்பர். நீங்கள் ஓர் ஆய்வுக்கூடத்தை நிர்வகிக்கின்ற அதே பாணியில் ஒரு

தீயணைப்பு நிலைய ஊழியர்களை நிர்வகிக்க முடியாது.

ஊழியர்களின் 'பணிசார் முதிர்ச்சிதான்' நிர்வாகப் பாணியைத் தீர்மானிக்கிறது. உங்களுடைய நிறுவனத்தில் ஒரு குறிப்பிட்ட வேலை தொடர்பாக ஓர் ஊழியர் கொண்டிருக்கின்ற திறமை மற்றும் அறிவுதான் பணிசார் முதிர்ச்சி என்று அழைக்கப்படுகிறது. அனுபவப் பயிற்சி மட்டுமே இதை வளர்த்துக் கொள்வதற்கான ஒரே வழியாகும்.

அறிவு, திறமை மற்றும் அனுபவம்

மக்கள் ஒரு புதிய வேலையில் சேர்கின்றபோது, அவர்களுடைய பணிசார் முதிர்ச்சி குறைவாகவே இருக்கும். அதை வளர்த்துக் கொள்வதற்கு அவர்களுக்கு அறிவுறுத்தல்கள், வழிகாட்டுதல்கள் மற்றும் பயிற்சிகள் தேவைப்படும்.

குறைவான வேலைசார் முதிர்ச்சியைக் கொண்டிருக்கின்ற புதிய ஊழியர் ஒருவர் தன் வேலையைத் திறம்படத் துவக்குவதற்கும் தன்னம்பிக்கையைப் பெறுவதற்கும் அவருக்குப் பொறுமையாக வேலை கற்றுக் கொடுக்கப்பட வேண்டும்; அவருக்குத் தெளிவான அறிவுறுத்தல்கள் வழங்கப்பட வேண்டும்; அவர் தொடர்ந்து அவதானிக்கப்பட வேண்டும்; அவருக்கு நேர்மறையான பின்னூட்டக்கருத்துகள் வழங்கப்பட வேண்டும். எந்தவொரு வேலையிலும் வேலை அனுபவம் மட்டுமே அவர் பின்னர் அந்த வேலையைத் திறம்படச் செய்வதற்கு இட்டுச் செல்கின்ற ஒரே வழியாகும்.

நடுத்தர வேலைசார் முதிர்ச்சி

ஒரு நபருக்கு அவருடைய வேலை குறித்த நல்ல புரிதலும் நல்ல அனுபவமும் இருக்கின்றபோது, அவரிடம் நடுத்தர வேலைசார் முதிர்ச்சி இருப்பதாகக்

கருதிக் கொள்ளலாம். இந்த நபருக்கு அவருடைய மேலாளரிடமிருந்து இலக்கை அடிப்படையாகக் கொண்ட விவாதங்களும் பின்னூட்டக்கருத்துகளும் தேவைப்படும். அந்த நபருக்கு வேலை வழங்கப்படுகின்றபோது, அந்த வேலை பற்றிய தெளிவான விவரிப்பு, அடையப்பட வேண்டிய இலக்குகள், கடைபிடிக்கப்பட வேண்டிய தரங்கள் போன்றவை அவருக்குத் தேவைப்படும். ஆனால், இறுக்கமான கட்டுப்பாடுகளை அவர்மீது விதிக்கத் தேவையில்லை. அந்த நபருக்கு ஒரு வேலையை ஒதுக்கினால், அதை அவர், நீங்கள் குறிப்பிடுகின்ற காலக்கெடுவுக்குள் எதிர்பார்க்கப்படுகின்ற தரத்துடன் செய்து முடித்துவிடுவார்.

உயர்ந்த வேலைசார் முதிர்ச்சியோடு இருக்கின்ற ஓர் ஊழியர் அந்த வேலைக்கு எல்லா விதத்திலும் தகுதியானவராக இருப்பார். அவரை மேற்பார்வை பார்க்க வேண்டிய தேவை உங்களுக்கு இருக்காது. மேலாளர்கள் அவரை எப்போதும் கண்காணித்துக் கொண்டிருக்க வேண்டியதில்லை. இது போன்ற நபர்களிடம் ஒரு மேலாளர் ஒரு வழிகாட்டியாகவும் ஓர் ஆலோசகராகவும் நடந்து கொண்டால் போதும். அப்படிப்பட்ட நபர்கள் உங்களுடைய ஊழியர்களாக இருந்தால், அவர்களோடு நீங்கள் வேலை சார்பாக அவ்வப்போது ஆசுவாசமான முறையில் கலந்துரையாடல்களை நிகழ்த்திக் கொண்டிருந்தால் மட்டும் போதும். இவர்களிடம் நீங்கள் சிறிதுகூடத் தயங்காமல் உங்களுடைய வேலைகளைப் பகிர்ந்தளிக்கலாம்.

மீண்டும் தொடக்கத்திலிருந்து

இங்கு நான் ஒரு முக்கியமான விஷயத்தைக் குறிப்பிட்டாக வேண்டும். நீங்கள் வேலைக்கு எடுக்கின்ற நபர் திறமைசாலியாகவும் அனுபவசாலியாகவும்

இருந்து, அவருடைய பழைய வேலையில் உயர்ந்த வேலைசார் முதிர்ச்சியைக் கொண்டிருந்தாலும், அவர் அதற்கு முன்பு செய்திராத புதியதொரு வேலையில் ஈடுபடுத்தப்பட்டால், அவர் குறைவான வேலைசார் முதிர்ச்சியிலிருந்துதான் தொடங்குவார் என்பதை நீங்கள் நினைவில் வைத்துக் கொள்ள வேண்டும். நீங்கள் ஒரு நிறுவனத்தில் ஒரு நல்ல நிலையில் இருந்தாலும், ஒரு புதிய நிறுவனத்தில் வேறொரு வேலைக்குச் செல்கின்றபோது, நீங்கள் மீண்டும் குறைவான வேலைசார் முதிர்ச்சியிலிருந்துதான் உங்களுடைய புதிய வேலையைத் தொடங்க வேண்டியிருக்கும்.

தன்னுடைய முந்தைய வேலையில் மிகவும் திறமையாகச் செயல்பட்டுள்ள ஒருவரை வேலைக்கு எடுத்துக் கொள்கின்றபோது, பெரும்பாலான மேலாளர்கள் ஒரு பெரும் தவறு செய்கின்றனர். இதை நானும் செய்துள்ளேன். அந்த நபர் தற்போதைய வேலையில் திறமைசாலியாக விளங்குவதால், அவரால் புதிய வேலையிலும் அதே அளவு திறமையுடன் செயல்பட முடியும் என்று மேலாளர்கள் அனுமானித்துக் கொள்கின்றனர். கிட்டத்தட்ட அனைத்து நேரங்களிலும் இது தவறாகவே போய்விடுகிறது.

உங்களுடைய ஊழியர்களை எடைபோடுங்கள்

இப்போது உங்களிடம் வேலை பார்த்துக் கொண்டிருக்கும் நபர்களை ஒவ்வொருவராக எடைபோட்டுப் பார்த்து, அவர்கள் வேலைசார் முதிர்ச்சி விஷயத்தில் குறைவான நிலையில் இருக்கிறார்களா, நடுத்தர நிலையில் இருக்கிறார்களா அல்லது உயர்ந்த நிலையில் இருக்கிறார்களா என்பதை நீங்கள் கண்டறிய வேண்டும். பிறகு, வேலையின் இயல்பு, அந்த ஊழியர்களின் அனுபவம் ஆகியவற்றின் அடிப்படையில் நீங்கள் அவர்களைக் கையாளலாம்.

அத்தியாயம் பதினெட்டு

நான்கு விதமான ஆளுமைகளை அடையாளம் காணுங்கள்

சில ஆண்டுகளுக்கு முன்பு நான் நோய்வாய்ப்பட்டேன். அப்போது, என்னுடைய நிலையை அறிந்து கொள்வதற்காக, அந்த நோய்க்கு இருக்கின்ற சிகிச்சைகள், அவற்றின் பக்கவிளைவுகள், அவற்றுக்குக் கொடுக்கப்படுகின்ற மருந்துகள் பற்றிய விபரங்கள் போன்றவை குறித்தப் பல கேள்விகளை நான் கேட்டேன். ஆனால், நான் கலந்தாலோசித்த அனைத்து மருத்துவ வல்லுநர்களும், கிளிப்பிள்ளையைப்போல ஒரே வாக்கியத்தையே மீண்டும் மீண்டும் கூறினர்: "ஒவ்வொருவரும் ஒவ்வொரு மாதிரி!"

"ஒவ்வொருவரும் ஒவ்வொரு மாதிரி!" என்ற இந்த வாசகம் தொழிலுலகிற்கும் கனகச்சிதமாகப் பொருந்தும்.

பல விதமான ஆளுமைகளைக் கொண்டிருக்கின்ற மேலாளர்கள் இருந்தாலும், அவர்கள் ஒவ்வொருவரும் பிறரைத் தங்களுடைய கச்சிதமான பிரதிகளாகக் கருதுகின்றனர். ஆனால், செம்மையான நிர்வாகத்திற்கு, 'ஆளுமையில் நெகிழ்வுத்தன்மை' தேவை. அதாவது, ஒரு மேலாளர் என்ற முறையில், நீங்கள் யாரைக் கையாள்கிறீர்களோ அந்த நபரின் ஆளுமைக்கு ஏற்றாற்போல உங்களை நீங்கள் மாற்றிக் கொள்ள வேண்டும்.

ஆளுமையில் நெகிழ்வுத்தன்மை

உலகில் பல விதமான ஆளுமைகள் இருப்பதால், அவை பல வழிகளில் வகைப்படுத்தப்படுகின்றன. அவற்றைக் கண்டுபிடிப்பதற்குப் பல்வேறு சோதனைமுறைகளும் உருவாக்கப்பட்டுள்ளன. அவற்றில், ஆளுமைகளை நான்காகப் பிரிக்கின்ற 'டிஐஎஸ்சி பரிசோதனை' மிகவும் பிரபலமானது. ஒரு தனிநபரின் ஆளுமையை அடையாளம் காண்பதிலும், அவர்களுடைய பலங்கள், பலவீனங்கள், ஆசைகள், வேலைச் சாத்தியக்கூறுகள் போன்றவற்றைக் கண்டறிவதிலும் அது வியப்புக்குரிய விதத்தில் துல்லியமாக இருக்கிறது.

எங்களுடைய நிறுவனத்தில் இந்தப் பரிசோதனைக்கு உட்படுத்தாமல் நாங்கள் எவரையும் வேலைக்கு எடுத்துக் கொள்வதில்லை. எங்களிடம் வேலைக்கு விண்ணப்பிக்கின்ற நபர்களை, ஒரு வலைத்தளத்திற்குச் சென்று தங்களை ஓர் ஆளுமைப் பரிசோதனைக்கு உட்படுத்திக் கொள்ளுமாறு நாங்கள் அவர்களிடம் கேட்டுக் கொள்வோம். அதில் பல கேள்விகளுக்கு அந்த நபர் பதிலளிக்க வேண்டும். அதற்குப் பத்து முதல் பதினைந்து நிமிடங்கள் ஆகும். அந்தச் சோதனையின் முடிவு உடனடியாக அந்த நபருக்கும் கொடுக்கப்படும், மின்னஞ்சல் மூலமாக

எங்களுக்கும் அனுப்பி வைக்கப்படும்.

அதைத் தொடர்ந்து நாங்கள் அந்த நபரைத் தொலைபேசியில் தொடர்பு கொண்டு அந்த ஆளுமைச் சோதனையில் கூறப்பட்டுள்ள விஷயங்கள் குறித்து விவாதிப்போம். அதில் நாங்கள் ஒளிவுமறைவின்றி நடந்து கொள்வோம். ஒரு குறிப்பிட்ட வேலை அல்லது பதவி அவருடைய மனப்போக்குக்குப் பொருத்தமாக இருக்குமா என்று நாங்கள் விவாதிப்போம். அந்த நடைமுறை நேர்மறையானது. நாங்கள் வேலைக்கு எடுக்கின்ற நபர், நாங்கள் அவருக்குக் கொடுக்க உத்தேசித்துள்ள வேலைக்கு உளவியல்ரீதியாகப் பொருத்தமானவரா என்பதை அலசுவதே அதன் நோக்கம். அதோடு, அந்த நபர், நாங்கள் அளிக்க முன்வருகின்ற வேலையில் மகிழ்ச்சியாக இருப்பாரா என்பதையும் நாங்கள் அதன் மூலம் அறிந்து கொள்ள முயல்வோம்.

அந்த ஆளுமைச் சோதனையில் குறிப்பிடப்பட்டுள்ள நான்கு ஆளுமை வகைகளும் எதிர்ப் பக்கத்திலுள்ள வரைபடத்தில் விளக்கப்பட்டுள்ளன:

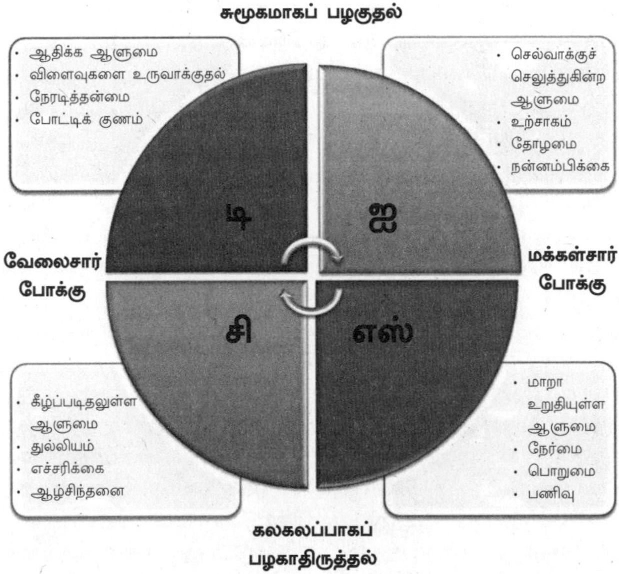

இதில் செங்குத்து நிலை அச்சின் கீழ்ப் பகுதியில் 'கலகலப்பாகப் பழகாதிருத்தல்' பண்பும், அதன் மேற்பகுதியில் 'சமூகமாகப் பழகுதல்' பண்பும் இடம்பெற்றுள்ளன. படுக்கை நிலை அச்சின் இடப்புறத்தில் 'வேலைசார் போக்குப்' பண்பும், வலப்புறத்தில் 'மக்கள்சார் போக்குப்' பண்பும் குறிப்பிடப்பட்டுள்ளன. இப்போது உங்களிடம் ஒரு நாற்சதுரமும், ஆதிக்க ஆளுமை, செல்வாக்குச் செலுத்துகின்ற ஆளுமை, மாறா உறுதியுள்ள ஆளுமை, கீழ்ப்படிதலுள்ள ஆளுமை ஆகிய நான்கு ஆளுமைகளும் இருக்கும்.

1. ஆதிக்க ஆளுமை

இந்த நபர் அனைவரிடமும் சமூகமாகப் பழகுபவராக இருக்கின்ற அதே நேரத்தில், தீவிர

வேலைசார் போக்குடையவராகவும் இருப்பார். இந்த நபரை முடுக்கிவிட்டுக் கொண்டிருக்கின்ற தாரக மந்திரம், 'விளைவுகளைப் பெறுதல்' என்பதாகத்தான் இருக்கும். இந்த ஆளுமையுடைய நபர்கள், நல்ல தொழிலதிபர்களாக, தீயணைப்புப் படைக் குழுவின் தலைவர்களாக, காவல்துறை அதிகாரிகளாகச் சிறப்பாகப் பரிணமிப்பர். அனைத்தையும்விட, விளைவுகளுக்கு மிகுந்த முக்கியத்துவம் கொடுக்கின்ற நிறுவனங்களில் இருக்கின்ற வேலைகளில் இவர்கள் நன்றாக ஜொலிப்பர்.

இந்த ஆளுமைக்காரர்கள் வேகமாகச் சிந்திப்பர், உடனடியாக முடிவுகளை எடுப்பர், எடுத்த எடுப்பிலேயே அடியாழத்திற்குச் செல்ல விரும்புவர். இவர்களுக்கு இந்த நாற்சதுரத்தின் கீழே வலப்புறமுள்ள மாறா உறுதியுள்ள ஆளுமைக்காரர்களைக் கையாள்கின்ற பொறுமை இருக்காது. இவர்கள் மக்கள்சார் போக்கிற்கு முக்கியத்துவம் கொடுக்காமல், வேலைசார் போக்குக்கு முக்கியத்துவம் கொடுப்பதுதான் இதற்குக் காரணம். ஆனால், இவர்களால் கீழ்ப்படிதலுள்ள ஆளுமைக்காரர்களுடன் எளிதாக ஒத்துப் போய்விட முடியும். ஏனெனில், இருவருக்குமே விளைவுகளைப் பெறுதல்தான் முக்கியம்.

2. செல்வாக்குச் செலுத்துகின்ற ஆளுமை

இந்த நபர் சுமூகமாகப் பழகுபவராகவும், மக்கள்சார் போக்கு உடையவராகவும் இருப்பார். இவரிடம் உற்சாகம், தோழமை உணர்வு, நன்னம்பிக்கை ஆகியவை கொப்பளித்துக் கொண்டிருக்கும். 'உனக்கும் எனக்கும் நன்றாக ஒத்துப் போகும்' என்பது இவர்களை ஊக்குவிக்கின்ற தாரக மந்திரமாக இருக்கும்.

இந்த ஆளுமையுடைய நபர்களால் சிறந்த அரசியல்வாதிகளாகவும், சொற்பொழிவாளர்களாகவும், விற்பனையாளர்களாகவும், நிர்வாக அதிகாரிகளாகவும்,

மேலாளர்களாகவும் ஜொலிக்க முடியும். பிற மக்களுடன் அதிக அளவில் நேர்மறையான தொடர்பு தேவைப்படுகின்ற பதவிகளில் அவர்களால் சிறப்பாகச் செயல்பட முடியும். அவர்கள் தங்களைப் பற்றியும் அதிகம் பேசுவர், அவர்களிடம் தொடர்பு கொள்பவர்களைப் பற்றியும் அதிகம் பேசுவர். அவர்கள் பொதுவாக உற்சாகமிக்கவர்களாகவும் நேர்மறையாளர்களாகவும் இருப்பர்.

இந்த வகை ஆளுமைக்காரர்களிடம் ஓர் ஆபத்து இருக்கிறது. அவர்கள் உங்களோடு வெகு சீக்கிரம் ஒத்துப் போய்விடுவர், வாக்குறுதிகளை அள்ளி வழங்கிவிட்டுப் பின்னர் அவற்றை மறந்துவிடுவர்.

3. மாறா உறுதியுள்ள ஆளுமை

இந்த வகை நபர்கள் மக்கள்சார் போக்கு உடையவர்களாக இருப்பர்.

இவர்கள் பிறருடைய உணர்ச்சிகள் மற்றும் எண்ணங்கள் குறித்து அக்கறை கொண்டிருப்பர். அதே நேரத்தில், பிறருடன் பெரிய அளவில் கலகலப்பாகப் பழகாதிருப்பர். இவர்கள் அதிக அளவில் பேச மாட்டார்கள். கை, கால்களை அசைத்துப் பேசுகின்ற போக்கும் இவர்களிடம் இருக்காது.

இவர்கள் வேகமாக ஒரு முடிவுக்கு வந்துவிட மாட்டார்கள், தீர்க்கமாகத் தீர்மானங்கள் எடுப்பதற்கும் தயங்குவர். தாங்கள் கூறுகின்ற வார்த்தைகளால் அல்லது செய்கின்ற காரியங்களால் பிறர் பாதிக்கப்பட்டுவிடுவார்களோ என்று அவர்கள் கவலைப்படுவர். 'நாம் ஒத்துப் போகலாம்' என்பதே இவர்களை ஊக்குவிக்கின்ற தாரக மந்திரமாக இருக்கும்.

இந்த ஆளுமையுடைய நபர்களால் சிறந்த ஆசிரியர்களாக, செவிலியராக, ஆலோசகர்களாக, உளவியலாளர்களாக ஜொலிக்க முடியும். பிற மக்களுடன் நெருக்கமாகப் பழக வேண்டியிருக்கின்ற

வேலைகளுக்கும் இவர்கள் பொருத்தமாக இருப்பர். இந்த ஆளுமைக்காரர்களுடன் நீங்கள் பழகுகின்றபோது, நீங்கள் மெதுவாக அடியெடுத்து வைக்க வேண்டியிருக்கும். விரைந்து ஒரு முடிவுக்கு வருவதற்கு அவர்களை நீங்கள் அவசரப்படுத்தக்கூடாது.

4. கீழ்ப்படிதலுள்ள ஆளுமை

இந்த நபர் அமைதியானவராகவும் தற்சார்பு உடையவராகவும் இருப்பார். அதே நேரத்தில், வேலைசார் போக்கு இவரிடம் அதிகமாக இருக்கும். "நாம் துல்லியமாக இருக்கலாம்" என்பது இவருடைய தாரக மந்திரமாக இருக்கும்.

இந்த ஆளுமையுடைய நபர்களால் துல்லியம் தேவைப்படுகின்ற, அதிகமான அளவு பிறருடன் உறவாட வேண்டியிருக்காத வேலைகளில் ஜொலிக்க முடியும். 'தங்களிடம் திரும்பப் பேசாத' பிரச்சனைகளைக் கையாள இவர்கள் விரும்புவர். இந்த ஆளுமையுடைய நபர்கள், சிறந்த கணக்காளர்கள், பொறியாளர்கள், கணினி நிரலாளர்கள், அறிவியலாளர்கள், ஆய்வாளர்கள். கணிதவியலாளர்கள், நிதி பகுப்பாய்வாளர்கள் போன்ற வேலைகளில் சிறந்து விளங்குவர். அவர்கள் அதிக அளவு மக்களுடன் உறவாடாத வேலைகளை விரும்புவர். அதில் நீண்ட நேரம் மூழ்கியிருக்க அவர்கள் தயங்குவதில்லை.

இது போன்ற நபர்களுடன் உறவாடுகின்றபோது, நீங்கள் உங்களுடைய யோசனைகளை நடைமுறைக்கு உகந்த விதத்திலும் பகுத்தறிவுபூர்வமாகவும் எடுத்து வைக்க வேண்டும். இவர்களுக்குப் புள்ளிவிபரங்கள் மிகவும் பிடிக்கும். விஷயங்கள் விபரமாக இருப்பதை இவர்கள் விரும்புவர். இவர்கள் தங்களுடைய வேலையில் தவறுகளுக்கோ தப்பிதங்களுக்கோ இடமில்லாமல் பார்த்துக் கொள்வர்.

ஒவ்வொருவரும் ஒவ்வொரு மாதிரி

பொதுவாக, ஒருவர் பிறருடன் உறவாடுகின்றபோது, அவர்களும் தன்னைப்போலவே இருப்பார்கள் என்றே அவர் எண்ணிக் கொள்கிறார். இது மனித இயல்பு. ஆனால், நீங்கள் முதிர்ச்சி அடைய அடைய, ஒவ்வொருவரும் ஒவ்வொரு மாதிரி என்பதை நீங்கள் புரிந்து கொள்ளத் தொடங்குகிறீர்கள்.

பல விதமான ஆளுமைகளுடன் நீங்கள் சிறப்பாக உறவாடுவதற்கு, சில நேரங்களில் நீங்கள் உங்களை நிதானப்படுத்திக் கொண்டு, மற்றவர்களை எடைபோட வேண்டியிருக்கும். பின் அவருடைய போக்கிற்கு ஈடுகொடுத்து நீங்கள் செயல்பட வேண்டும். முக்கியமாக, நீங்கள் அந்த நபரின்மீது செல்வாக்குச் செலுத்த விரும்பினால், இதைத் தவிர வேறு வழி இல்லை.

உங்களுடைய நிர்வாகப் பாணி

முதலில் உங்களுடைய ஆளுமை எந்த வகையைச் சேர்ந்தது என்பதைத் தெளிவாக அடையாளம் கண்டு கொள்ளுங்கள். அது ஒருபோதும் மாறுவதில்லை. அடுத்து, உங்களுடைய ஊழியர்களை நன்றாக அவதானியுங்கள். அவர்களுடைய ஆளுமைகள் எந்த வகையைச் சேர்ந்தவை என்பதைக் கண்டறியுங்கள். அது தெரிந்தவுடன், அவர்களைக் கையாள்வது உங்களுக்கு எளிதாகவிடும். ஒரு மேலாளர் என்ற முறையில், நாம் மேலே பார்த்துள்ள ஆளுமை வகைகளை எப்படிக் கையாள்வது என்பதை இப்போது பார்க்கலாம்.

- ஆதிக்க ஆளுமை: இந்த ஆளுமைக்காரர்கள் பொறுமையற்று இருப்பர். வேலையில் சாதிப்பதிலும் சிறப்பான விளைவுகளை உருவாக்குவதிலும் இவர்கள் குறியாக இருப்பர். இவர்களைக் கையாள்வதற்கு, நீங்கள்

விரைவாக அவர்களிடம் தகவல்களைப் புள்ளிவிபரங்களுடன் துல்லியமாக எடுத்துரைத்து, என்ன விளைவுகளை நீங்கள் அவர்களிடமிருந்து எதிர்பார்க்கிறீர்கள் என்பதைத் தெளிவுபடுத்திவிட வேண்டும்.

- செல்வாக்குச் செலுத்துகின்ற ஆளுமை: இவர்கள் பொதுமையான விஷயங்களில் ஆர்வம் காட்டுவர். இவர்கள் உற்சாகமாகவும் தோழமையாகவும் இருப்பர், பிறரோடு உறவாட விரும்புவர். இவர்களைச் சிறப்பாகக் கையாள்வதற்கு, இவர்களால் எங்குச் சிறப்பாகப் பங்களிக்க முடியுமோ அதை நோக்கி இவர்களுடைய ஆற்றலை நீங்கள் திசை திருப்பி விட வேண்டும். இவர்களிடம் பேசுவதற்கும் உறவாடுவதற்கும் போதுமான நேரத்தை எடுத்துக் கொள்ளுங்கள்.
- மாறா உறுதியுள்ள ஆளுமை: இவர்கள் உணர்ச்சிபூர்வமானவர்கள். இவர்கள் தீர்க்கமாகத் தீர்மானங்களை எடுக்கத் தயங்குவர், பிற மக்களுடன் இணக்கமாக இருப்பதற்கு அதிக முக்கியத்துவம் கொடுப்பர். ஒத்துழைப்பு அளித்தல், குழுவுடன் சேர்ந்து பணியாற்றுதல் போன்றவை இவர்களுக்குப் பிடிக்கும். இவர்களை நீங்கள் மெதுவாக அணுக வேண்டும். இவர்களுக்கு ஆச்சரியமூட்டுகின்ற விதத்தில் திடுதிடுப்பென்று எதையும் நீங்கள் செய்துவிடக்கூடாது. இவர்கள் பிறருடன் கொண்டிருக்கின்ற உறவுகள் குறித்து அக்கறை கொண்டுள்ளவர்கள்.
- கீழ்ப்படிதலுள்ள ஆளுமை: இவர்கள் துல்லியம், விவரிப்பு போன்றவை குறித்துக் கவலை கொண்டுள்ளவர்கள். எதையும் சரியாகவும் முழுமையாகவும் செய்ய வேண்டும்

என்பதில் இவர்கள் பிடிவாதமாக இருப்பர். இவர்களைக் கையாளும்போது, நீங்கள் விஷயங்களைத் துல்லியமாகவும் முழுமையான விபரங்களுடனும் எடுத்துரைக்க வேண்டும்.

தலைசிறந்த மேலாளர்கள் பலதரப்பட்ட ஆளுமைகளைக் கையாள்வதற்கான திறமைகளை வளர்த்துக் கொள்வதற்கு அவசரப்பட மாட்டார்கள். அதற்கு ஏராளமான நேரத்தைச் செலவழிக்கத் தயங்கவும் மாட்டார்கள். அதிர்ஷ்டவசமாக, இத்திறமையை அனுபவத்தின் மூலமாக வசப்படுத்திக் கொள்ளலாம். பிறரிடம் ஏராளமான கேள்விகள் கேட்டு, அவர்களிடமிருந்து கிடைக்கின்ற பதில்களை அலசி ஆராய்வது இத்திறமையை மேம்படுத்திக் கொள்ள வெகுவாக உதவும். நீங்கள் கையாள்கின்ற நபரின் ஆளுமைக்கு ஏற்றவாறு நீங்கள் உங்களுடைய நிர்வாக அணுகுமுறையை மாற்றிக் கொள்வதன் மூலம் இதில் உங்களால் ஒரு விற்பன்னராகத் திகழ முடியும்.

அத்தியாயம் பத்தொன்பது

மூன்று விதமான தலைமைத்துவப் பாணிகள்

மூன்று விதமான தலைமைத்துவப் பாணிகள் இருக்கின்றன. சூழ்நிலைக்கு ஏற்பப் பயன்படுத்தப்பட்டால் அவை சிறப்பான விளைவுகளைத் தரும்.

1. எதேச்சதிகாரத் தலைமைத்துவப் பாணி

இது ஒரு பழைய பாணி. இராணுவத்தனமான, எதேச்சதிகார, சர்வாதிகாரப் போக்குடைய தலைமைத்துவப் பாணி இது. எதேச்சதிகார மேலாளர்கள், கறாராக வேலை வாங்கக்கூடிய, வளைந்து கொடுக்காத, தான் மேலானவன் என்ற இறுமாப்புடையவர்களாக இருப்பர். தாங்கள்

கூறுவதற்குப் பிறர் கீழ்ப்படிந்து நடக்க வேண்டும் என்றும், தாங்கள் மதிக்கப்பட வேண்டும் என்றும் அவர்கள் விரும்புவர். “என் வழியைப் பின்பற்றி நட. இல்லையெனில், நடையைக் கட்டு!” என்று அவர்கள் சொல்லாமல் சொல்வர். தாங்கள் விரும்புவதை, தாங்கள் நிர்ணயித்துள்ள காலக்கெடுவுக்குள், தாங்கள் வரையறை செய்துள்ள செலவுக்குள், தாங்கள் வகுத்துள்ள தர நிர்ணயங்களின்படி மற்றவர்களைச் செய்ய வைப்பதில் இவர்கள் குறியாக இருப்பர். அதற்காகப் பிறரைக் கடுமையாக விமர்சனம் செய்யவோ, பிறருடைய நடத்தைகளை நிராகரிக்கவோ அவர்கள் தயங்க மாட்டார்கள். அவர்கள் எப்போதும் தங்களுடைய ஊழியர்களுக்குப் பின்னால் நின்று கொண்டு, அவர்கள் என்ன செய்து கொண்டிருக்கிறார்கள் என்று அவதானித்துக் கொண்டிருப்பர். அவர்கள் கடுமையான செயல்முறைகளை அமல்படுத்துவர், தங்களுடைய ஊழியர்களுக்கு ஒதுக்கப்பட்டுள்ள வேலைகள் குறித்த அறிக்கைகளையும் பின்னூட்டக்கருத்துகளையும் குறிப்பிட்டக் கால இடைவெளியில் வேண்டுவர்.

இந்தப் பாணி சில இடங்களில் வேலை செய்யக்கூடும். ஆனால், அந்த மேலாளர் அந்த இடத்தைவிட்டு அகன்றதும் அனைத்தும் நின்றுவிடும். இந்தப் பாணியைக் கடைபிடிக்கின்ற மேலாளர்களின் கீழ் வேலை பார்ப்பவர்கள் அவர்களுக்கு பயப்படுவர். தாங்கள் பிரச்சனைக்கு ஆளாகாமல் பார்த்துக் கொள்வதற்குக் குறைந்தபட்சம் என்ன தேவையோ அதை மட்டுமே அவர்கள் செய்வர். மேலாளர் இல்லாத சமயங்களில் கிட்டத்தட்ட அவர்கள் எதையும் செய்ய மாட்டார்கள். “பூனை அகன்றவுடன் எலிகள் ஆட்டம் போடத் தொடங்கிவிடும்!” தவறுகள் நடந்துவிடுமோ என்ற பயத்தில் எவ்ரும் எந்தத் தீர்மானத்தையும் எடுக்கத் துணிய மாட்டார்கள்.

விஷயங்கள் உடைந்து நொறுங்குகின்றன

என் நண்பர் ஒருவர் இந்தத் தலைமைத்துவப் பாணியைக் கடைபிடிப்பவர். ஆனால், அவர் ஒரு சிறந்த தொழில்முனைவர். அதன் காரணமாக, அவர் 170 ஊழியர்களைக் கொண்ட வெற்றிகரமான நிறுவனம் ஒன்றைக் கட்டியெழுப்பியிருந்தார். அதன் நடவடிக்கைகள் அமெரிக்கா முழுவதும் பரவியிருந்தன.

அவருடைய தொழில் பிரமாதமாக வளர்ந்து கொண்டிருந்ததால், அதன் முழுச் சொந்தக்காரராக இருந்த என் நண்பர், பணத்தில் கொழித்துக் கொண்டிருந்தார். அவரிடம் ஒரே ஒரு பிரச்சனை இருந்தது. கீழ்ப்படிதலுள்ள ஊழியர்களை மட்டுமே அவர் வேலைக்கு வைத்திருந்தார். அவர் என்ன சொல்கிறாரோ அதை அவர்கள் செய்ய வேண்டும். தன் ஊழியர்களிடம் தன்னிச்சையாகச் செயல்படுகின்ற போக்குத் தென்பட்டால், அவர்களை அவர் உடனடியாக வேலையிலிருந்து நீக்கிவிடுவார்.

தன் தொழில் தொடர்பாக அவர் பல இடங்களுக்குப் பயணிக்க வேண்டியிருந்தது. ஆனால், அவர் தன் தலைமையகத்தைவிட்டு அகன்றவுடன், அங்கு வேலைகள் கிட்டத்தட்ட நின்றுவிடும். எவரும் எந்தத் தீர்மானத்தையும் எடுக்க மாட்டார்கள். இதன் விளைவாக, அந்த நிறுவனம் சீர்குலையத் தொடங்கியது. அவர் தன் தலைமையகத்திற்குத் திரும்பி வந்தவுடன், 'பற்றி எரிந்து கொண்டிருக்கின்ற நெருப்புகளை அணைப்பதற்கே' அவருக்கு நேரம் சரியாக இருக்கும். இறுதியில் அவர் தன் நிறுவனத்தை விற்க வேண்டிய நிலைக்குத் தள்ளப்பட்டார்.

2. ஜனநாயகத் தலைமைத்துவப் பாணி

இந்தப் பாணியும் சில சூழ்நிலைகளில் சிறப்பாகப் பலனளிக்கும். இங்கு, மேலாளரும்

ஊழியர்களும் இணைந்தே வேலை தொடர்பான இலக்குகளையும் தரங்களையும் நிர்ணயிப்பர். வேலைகளும் பொறுப்புகளும், அலசல்கள் மற்றும் விவாதங்களுக்குப் பிறகு ஒவ்வொருவருக்கும் அவர்களுடைய ஒப்புதல்களோடு ஒதுக்கப்படும். நிறுவனத்திலுள்ள அனைவரும் அர்ப்பணிப்போடு செயல்படுவர். மேலாளர் தன்னுடைய ஊழியர்களுக்கு ஒரு வழிகாட்டியாகச் செயல்படுவார். ஒவ்வோர் ஊழியரின் அபிப்பிராயங்களும் கணக்கில் எடுத்துக் கொள்ளப்படும், மதிக்கப்படும். தேவையெனில், வேலைகள் மறு ஒதுக்கீடு செய்யப்படும்.

வேலைப் பகிர்வுக்கு இந்தப் பாணி மிகவும் உகந்தது. ஏனெனில், இங்கு ஊழியர்கள் அதிகமான பொறுப்பை ஏற்றுக் கொள்ள ஊக்குவிக்கப்படுகின்றனர். மேலாளர் இல்லாதபோதும்கூட, வேலைகள் ஏற்கனவே நிர்ணயிக்கப்பட்டுள்ள தரத்தில் தொடர்ந்து மேற்கொள்ளப்பட்டுக் கொண்டிருக்கும். நிறுவனத்தின் ஒட்டுமொத்த உற்பத்தித்திறனுக்கு ஒவ்வோர் ஊழியரும் தனிப்பட்ட முறையில் பொறுப்பேற்றுக் கொள்வர். ஒவ்வொருவரும் தங்களுடைய வேலையைச் சிறப்பாகச் செய்வதற்கு, சக ஊழியர்களின் அழுத்தங்களும் இங்கு நிலவும்.

ஒரு மேலாளர் இரண்டு மூன்று வாரங்கள் அலுவலகத்திற்கு வராமல் இருந்தால்கூட, நிறுவனத்தில் அனைத்து வேலைகளும் சுமூகமாக நடைபெற்று, உற்பத்தித்திறனும் இலாப விகிதமும் குறையாதிருந்தால், அந்த மேலாளர் ஜனநாயகத் தலைமைத்துவப் பாணியைக் கடைபிடித்துக் கொண்டிருக்கிறார் என்று அர்த்தம்.

3. கடிவாளமற்றத் தலைமைத்துவப் பாணி

தங்களுடைய வேலை, அதன் தரம், வேலை நேரம், பரஸ்பர உறவாடல் முறை, வேலை செய்கின்ற முறை

போன்ற அனைத்தையும் ஊழியர்கள் தாங்களாகவே நிர்ணயித்துக் கொள்ள ஒரு மேலாளர் அனுமதிக்கின்ற பாணி இது. இங்கே கட்டமைப்புரீதியான அமைப்புமுறை தவிர்க்கப்படும், நெகிழ்வுத்தன்மையும் சுதந்திரச் செயல்பாடுகளும் ஊக்குவிக்கப்படும்.

இந்தப் பாணி கடைபிடிக்கப்படுகின்றபோது, நிறுவனத்தில் எப்போதுமே ஓர் இணக்கமான சூழல் நிலவும், ஆனால், அங்கு உற்பத்தித்திறன் குறைவாகவே இருக்கும். மேலாளர் இல்லாதிருக்கின்றபோது, அங்குக் கட்டமைப்பு மேலும் சிதறும், ஒருவிதமான ஒழுங்கின்மை கோலோச்சும், குறைவானவையே சாதிக்கப்படும். இந்தப் பாணி நிலவுகின்ற சூழல்களில் வேலைப் பகிர்வு ஆபத்தில் போய் முடியும். ஏனெனில், ஜனநாயகத் தலைமைத்துவப் பாணி கடைபிடிக்கப்படுகின்ற இடத்தில் ஊழியர்களிடம் நிலவுகின்ற பொறுப்புணர்வு இங்கு இருக்காது.

சமுதாயத்தில் கீழ்மட்டத்திலிருந்து தொடங்கி, படிப்படியாக மேலே எழுந்துள்ள தொழில்முனைவோரில் பலர் இந்தப் பாணியைக் கடைபிடிக்கின்றனர். பெரும்பாலான சமயங்களில் அவர்கள் ஒரு தொழிலைத் துவக்கி, அதைத் தனியாகவே வளர்த்தெடுக்கின்றனர். அது பெரிதாகி, பல ஊழியர்களைக் கொண்ட ஒரு பெருநிறுவனமாக ஆகின்றபோது, தங்களுடைய ஊழியர்கள் என்ன செய்ய வேண்டும் என்று கூற அவர்கள் தயங்குகின்றனர் அல்லது அது குறித்துக் குற்றவுணர்வு கொள்கின்றனர். அதன் விளைவாக, அவர்கள் பிறருக்கு வழிகாட்ட முன்வருவதில்லை, பிறரிடமிருந்து ஒரு குறிப்பிட்டச் செயல்திறனை வலிந்து பெற முயல்வதில்லை.

மக்கள் பொதுவாகத் தங்களுடைய சொந்த நலனுக்கே முன்னுரிமை கொடுப்பவர்களாக இருப்பதால், தங்களுக்கு வழங்கப்படுகின்ற சுதந்திரத்தையும் தங்களுக்கு மிகவும் பலனளிக்கின்ற விதத்திலேயே பயன்படுத்திக் கொள்ள முனைவர். இந்தப் பாணியில்,

முறையான அமைப்புமுறையும் வழிகாட்டுதல்களும் இல்லாதிருப்பதால், இங்கு மக்கள் தங்களுடைய நேரத்தின் பெரும்பகுதியை அரட்டையடித்தல் போன்றவற்றில் வீணாக்குவர், குறைவான மதிப்புடைய வேலைகளில் அதிக நேரத்தைத் தொலைப்பர். இது போன்ற சூழலில், யாராவது ஒருவர் முன்வந்து, வேலை வரைமுறைகளை வடிவமைத்து, அவற்றுக்கான இலக்குகளையும் தரங்களையும் நிர்ணயித்து, செயல்திறனுள்ள ஒரு குழுவை உருவாக்காவிட்டால், அந்தப் பிரிவு அல்லது அந்த நிறுவனம் படிப்படியாகச் சீர்கெட்டு, இறுதியில் அழிந்துவிடும்.

நடைமுறையில் பல மேலாளர்கள் இந்த மூன்று தலைமைத்துவப் பாணிகளையும் சூழ்நிலைக்கு ஏற்பப் பயன்படுத்துகின்றனர். வேலைச் சூழலுக்கு ஏற்ப ஒரு பாணியிலிருந்து மற்றொரு பாணிக்குத் தாவிக் கொள்கின்றனர். நீங்கள் எப்படி? எந்தப் பாணித் தலைமைத்துவத்தை நீங்கள் கடைபிடிக்கிறீர்கள்?

அத்தியாயம் இருபது

தலைகீழ் வேலைப் பகிர்வைத் தவிர்த்துவிடுங்கள்

நேர நிர்வாக வல்லுநரான வில்லியம் ஆங்கென், ஹார்வர்டு பிசினஸ் ரிவ்யூ இதழில் ஓர் ஆய்வுக் கட்டுரையை எழுதினார். அது பல்லாயிரக்கணக்கான முறை பகிரப்பட்டுள்ளது, அதை இலட்சக்கணக்கானோர் படித்துப் பயனடைந்துள்ளனர்.

அந்தக் கட்டுரையின் தலைப்பு: 'நிர்வாக நேரம்: இப்போது குரங்கு யாரைத் தொற்றிக் கொண்டிருக்கிறது?' அதில் வில்லியம் இவ்வாறு குறிப்பிட்டிருந்தார்: "ஒரு வேலையின் அடுத்தக் கட்டத்திற்கு யார் பொறுப்பாளியாக ஆக்கப்படுகிறாரோ, அவர்தான் அதற்குப் பொறுப்பேற்றுக் கொள்ள வேண்டும். அந்த நபர் அப்பகுதியைச் செய்து முடிக்கும்வரை

வேறு எவரும் அது தொடர்பான நடவடிக்கையில் இறங்கக்கூடாது."

எடுத்துக்காட்டாக, நீங்கள் உங்களுடைய ஊழியருக்கு ஒரு வேலையை ஒதுக்கியுள்ளீர்கள் என்று வைத்துக் கொள்வோம். அவர் அந்த வேலை தொடர்பாக உங்களிடமிருந்து கூடுதல் தகவல்கள் கேட்கிறார். அவருக்குக் கொடுக்கப்பட்டுள்ள வேலையை முடிப்பதற்கு அவருக்கு அந்தக் கூடுதல் தகவல்கள் தேவைப்படுகின்றன. இப்போது அந்த வேலையின் அடுத்தக் கட்டப் பொறுப்பு உங்களிடம் வந்துவிட்டது. நீங்கள் அந்தக் கூடுதல் தகவல்களைப் பெற்றுக் கொடுக்கின்றவரை, அந்த நபர் அந்த வேலையைத் தொடர மாட்டார். இப்போது அந்த வேலை நிறைவேறுவது உங்களுடைய பொறுப்பாகிவிடும்.

நீங்கள் ஒதுக்கியுள்ள வேலையைப் பெற்றுள்ள நபர், அது தொடர்பான முக்கியமான விஷயம் ஒன்றைத் தனக்கு அளிக்குமாறு, ஒரு மேலாளர் என்ற முறையில் உங்களிடம் கேட்கின்றபோது, அந்த வேலையின் பொறுப்பு மீண்டும் உங்களிடம் வந்துவிடுகிறது. அதாவது, அந்த ஊழியரின் தோளில் தொற்றிக் கொண்டிருந்த அந்தக் 'குரங்கை' இப்போது நீங்கள் உங்களுடைய தோளுக்கு மாற்றிக் கொள்கிறீர்கள். நீங்கள் கவனமாக இல்லாவிட்டால், வேலைச் சூழலைப் பீடித்துக் கொண்டிருக்கின்ற பெருநோய்களில் ஒன்றுக்கு நீங்கள் பலியாகிவிடுவீர்கள். அந்த நோயின் பெயர்: 'தலைகீழ் வேலைப் பகிர்வு'.

தங்களுக்கு ஒதுக்கப்பட்டுள்ள வேலைகளைத் தங்களுடைய தோளிலிருந்து வேறொருவருடைய தோளுக்கு மாற்றிவிடுவதற்கு மக்கள் இந்தத் தலைகீழ் வேலைப் பகிர்வு உத்தியைச் சாமர்த்தியமாகப் பயன்படுத்திக் கொள்கின்றனர். அதை அவர்கள் நான்கைந்து விதங்களில் செய்கின்றனர்.

பந்தைத் திருப்பி அடியுங்கள்

முதல் விதம்: உங்களுடைய ஊழியர் உங்களிடம், “இந்தத் தகவலை எங்கிருந்து பெற வேண்டும் என்று எனக்குத் தெரியவில்லை. உங்களால் உதவ முடியுமா?” என்று கேட்கக்கூடும். இது போன்ற சூழல்களில், தலைகீழ் வேலைப் பகிர்வு நிகழ்ந்துவிடாமல் இருப்பதற்கு நீங்கள் அவரிடம், “அந்தத் தகவலைக் கண்டுபிடிப்பது உங்களுடைய வேலை. அது எங்குக் கிடைக்கும் என்று வேண்டுமானால் நான் சொல்கிறேன். ஆனால், அதைப் பெற்றுக் கொள்வது உங்களுடைய பொறுப்பு,” என்று கூறலாம்.

பிறருக்காகத் தகவலைப் பெற்றுத் தருவதாக எவருக்கும் ஒருபோதும் வாக்களிக்காதீர்கள். அதனால் உங்களுடைய நேரம் விரயமாவதோடு, அந்த வேலையும் அதுவரை நின்றுவிடும். நீங்கள் வாக்களித்துள்ள தகவலை நீங்கள் பெற்றுக் கொடுக்கின்றவரை அந்த ஊழியருக்குத் தன் வேலையைத் தொடர வேண்டிய அவசியம் இல்லாமல் போய்விடும். அதாவது, இப்போது நீங்கள் அவருக்காக வேலை பார்க்கின்ற நிலைக்கு ஆளாகிவிடுவீர்கள்.

இந்த இணைய யுகத்தில், அனைத்துத் தகவல்களும் தினமும் இருபத்து நான்கு மணிநேரமும் விரல் நுனியில் கிடைத்துக் கொண்டிருக்கின்றன. அதனால், சொந்தமாக ஆய்வு செய்து தகவல்களைத் திரட்டிக் கொள்வது என்பது இன்று ஓர் அடிப்படைத் தகுதியாக மாறியுள்ளது.

அவர்களுடைய பிரச்சனைகளை அவர்களே தீர்த்துக் கொள்ளட்டும்

இரண்டாவது விதம்: இதில் உங்களுடைய ஊழியர் அவரிடம் ஒப்படைக்கப்பட்டுள்ள வேலை தொடர்பான ஒரு பிரச்சனைக்கான தீர்வைக்

கண்டுபிடித்துத் தரும்படி உங்களைக் கேட்பார். இங்கு, அந்தப் பிரச்சனைக்கான தீர்வைத் தாங்களே கண்டுபிடித்து, அதன் மூலம் விஷயங்களைக் கற்றுக் கொள்வதற்குப் பதிலாக, அவர்கள் அதைத் தங்களுடைய மேலாளரிடம் ஒப்படைக்க முனைகின்றனர். அவர்கள் உங்களிடம் வந்து, "இதை உங்களால் எனக்குச் செய்து தர முடியுமா?" என்று கேட்பர்.

அப்போது உங்களுடைய சிந்தனை, "நான்தானே மேலாளர்? எனக்கு அதிகமான அறிவும் அனுபவமும் இருப்பதால் இந்தப் பிரச்சனையை என்னால் சுலபமாகத் தீர்த்துவிட முடியும்," என்ற ரீதியில் செல்லும். ஆனால், அது தவறான அணுகுமுறை. அவர்களுடைய கூற்றுக்கு நீங்கள் செவி சாய்த்தால், குரங்கு இப்போது உங்களுடைய தோளுக்கு மாற்றப்பட்டுவிடும். இதைத் தவிர்ப்பதற்கு நீங்கள் அவரிடம் இவ்வாறு கூறலாம்: "இந்தப் பிரச்சனைக்குத் தீர்வு காண்பது உங்கள் பொறுப்பு. முதலில் பிரச்சனை என்ன என்பதைத் தெளிவாக வரையறை செய்யுங்கள். பிறகு, அதற்குப் பல தீர்வுகளை உருவாக்குங்கள். அவற்றிலிருந்து ஒன்றைத் தேர்ந்தெடுத்துக் கொள்ளுங்கள். அதற்குப் பிறகும் உங்களுக்குக் குழப்பம் இருந்தால் என்னிடம் வாருங்கள்."

இதை நினைவில் வைத்துக் கொள்ளுங்கள்: ஒரு மேலாளர் என்ற முறையில் உங்களுடைய ஊழியர்களை வளர்த்தெடுப்பது உங்களுடைய கடமை. பிரச்சனைகளைத் தீர்க்கின்ற திறமையை அவர்கள் வளர்த்துக் கொள்ள அவர்களுக்கு உதவுவது அவர்களை வளர்த்தெடுப்பதற்கான சிறந்த வழி.

அவர்களைச் சொந்தமாகச் சிந்திக்க வற்புறுத்துங்கள்

தங்களுடைய பிரச்சனைக்குத் தீர்வளிக்குமாறு உங்கள் ஊழியர்கள் உங்களிடம் கேட்டால், ஒரு

மேலாளராகப் பல ஆண்டுகாலம் பணியாற்றியவன் என்ற முறையில் என்னுடைய பரிந்துரை இதுதான்: அவர்களிடம் நீங்கள், “இச்சூழலில் நாம் என்ன செய்யலாம் என்று நீங்கள் கருதுகிறீர்கள்?” என்ற கேள்வியைக் கேளுங்கள். பெரும்பாலான நேரங்களில், அதற்குச் சிறந்த தீர்வு ஒன்றை அவர் ஏற்கனவே யோசித்து வைத்திருப்பார். தான் ஏற்கனவே தீர்மானித்து வைத்துள்ளதைத் தேர்ந்தெடுப்பதற்கு அவருக்கு உங்களுடைய அனுமதி தேவைப்படும், அவ்வளவுதான்.

மூன்றாவது விதம்: மிகவும் கடினமான வேலைகளைக் கையாள வேண்டியிருக்கும்போது, உங்களுடைய ஊழியர்கள் தங்களுடைய சுமையை உங்களிடம் இறக்கி வைக்க முனைவர். சில நேரங்களில் அவர்கள் உங்களிடம் வந்து இப்படிக் கூறக்கூடும்: “இது எனக்கு மிகவும் கடினமாக இருக்கிறது. இதை எப்படிச் செய்வதென்று எனக்குச் சுத்தமாகத் தெரியவில்லை. இதற்கு முன்பு இதைப் போன்ற ஒன்றை நான் செய்ததில்லை.” நீங்கள் அனுபவசாலியாக இருப்பதால், இதில் தங்களுக்கு உதவும்படி அவர்கள் உங்களிடம் கேட்கின்றனர்.

நீங்கள் கவனமாக இல்லையெனில், உங்களுடைய தற்செருக்கு இதில் தலையிடும். அந்த வேலை சரியாகச் செய்து முடிக்கப்பட வேண்டும் என்பதற்காக நீங்களாகவே முன்வந்து அந்தக் குரங்கை உங்களுடைய தோளுக்கு மாற்றிக் கொள்வீர்கள். அந்த வேலையை எப்படிச் செய்வது என்பதை அந்த ஊழியர் கற்றுக் கொள்வது உங்கள் இருவருக்குமே நல்லதாக இருக்கும். தேவையெனில் அவருக்கு நீங்கள் சில வழிகாட்டுதல்களை வழங்கலாம். ஏற்கனவே நிரம்பி வழிந்து கொண்டிருக்கின்ற உங்களுடைய தட்டில் மேலும் விஷயங்களை எடுத்துப் போட்டுக் கொள்வது அர்த்தமற்றது.

யார் பக்கமும் சாயாதீர்கள்

நான்காவது விதம்: சில நேரங்களில், உங்களுக்குக் கீழே பணியாற்றிக் கொண்டிருக்கின்ற ஊழியர்களில் ஒருவர் தன்னுடைய சக ஊழியருடனான பிரச்சனையில் தலையிடுமாறு உங்களிடம் கோரலாம். அந்தப் பிரச்சனையையும் அதைத் தோற்றுவித்தவரையும் அவரே எதிர்கொள்வதை விட்டுவிட்டு, அதைத் தீர்த்து வைக்கின்ற நடுவராக அல்லது குழு உறுப்பினர்களுக்கு ஆலோசனை வழங்குபவராக உங்களை ஆக்க அந்த ஊழியர் முயலக்கூடும்.

நீங்கள் ஒரு மேலாளராக இருந்தால், உங்களுக்குக் கீழே பணியாற்றிக் கொண்டிருக்கின்ற ஊழியர்களில் சிலர் ஒருவரோடு ஒருவர் ஒத்துப் போகாமல் இருக்கின்ற பல சூழல்களை நீங்கள் எதிர்கொள்ள வேண்டியிருக்கும். சில சமயங்களில், உங்களுடைய ஊழியர்களில் ஒருவர் உங்களிடம் வந்து மற்றொரு நபர் இதைச் செய்தார், அதைச் செய்தார் என்று தெரிவித்து, தான் அது குறித்து மகிழ்ச்சியற்று இருப்பதாகத் தெரிவிக்கக்கூடும்.

அப்படிப்பட்டச் சூழ்நிலைகளில் நீங்கள் அவரிடம், "அந்த நபரோடு உங்களுக்குப் பிரச்சனை இருந்தால், அதைக் களைவதற்கு நீங்கள்தான் முயற்சிகள் மேற்கொள்ள வேண்டும்," என்று கூறிவிடுவது நல்லது. ஆனால், எக்காரணம் கொண்டும், இருவரில் எவர் பக்கமும் நீங்கள் சாய்ந்துவிடக்கூடாது. அல்லது, அவர்களில் ஒருவருக்குச் சாதகமாக இருப்பது போன்ற அபிப்பிராயங்களை நீங்கள் வெளிப்படுத்தக்கூடாது. பெரும்பாலான சமயங்களில் உங்களுக்கு முழுக் கதையும் தெரிந்திருக்க வாய்ப்பில்லை. அதனால், நீங்கள் பக்கச்சார்புடன் செயல்பட்டால், வருங்காலத்தில் அவர்கள் இருவரையும் கையாள்வது உங்களுக்குக் கடினமாகிவிடும்.

அவர்களைச் சேர்த்து உட்கார வைத்துப் பேசுங்கள்

உங்களுக்குக் கீழே பணியாற்றிக் கொண்டிருக்கின்ற இருவருக்கு இடையே ஏதேனும் பிரச்சனை ஏற்பட்டால், அதைக் கையாள்வதற்கான சிறந்த உத்தி, அவர்கள் இருவரையும் ஒருசேர அழைத்து உட்கார வைத்து, அவர்களுடைய பிரச்சனையை அங்கேயே உங்கள் முன்னாலேயே அவர்கள் இருவரும் பேசித் தீர்த்துக் கொள்ள அவர்களை வற்புறுத்துவதுதான்.

இது போன்ற சூழ்நிலையை நான் எதிர்கொள்கின்றபோது, அவர்கள் இருவரையும் என்னுடைய அறைக்கு அழைத்துக் கதவை மூடிவிட்டு, அவர்கள் இருவரும் உங்களிடம் தனித்தனியாகக் கூறியிருந்ததை மீண்டும் கூறுமாறு கேட்பேன். அவர்கள் இருவரும் நேருக்கு நேர் பேச வேண்டியிருப்பதால், அரைகுறை உண்மைகள் மற்றும் அதற்கு முன்பு கூறப்பட்டிருந்த கட்டுக்கதைகள் காணாமல் போய்விடும்.

இதை நீங்கள் ஒரு நடைமுறையாக ஆக்கிக் கொண்டால், தங்களுடைய சக ஊழியருடன் பிரச்சனை இருக்கிறது என்று கூறி ஊழியர்கள் உங்களிடம் வந்தால் நீங்கள் இருவரையும் ஒன்றாக உட்கார வைத்துத் தங்களுக்குள் பேசித் தீர்த்துக் கொள்ளுமாறு கூறிவிடுவீர்கள் என்பதை அவர்கள் அறிந்து கொள்வார்கள். அதனால், அவர்களே சம்பந்தப்பட்ட நபரிடம் நேரடியாகச் சென்று பிரச்சனையைப் பேசித் தீர்த்துக் கொள்ளத் தொடங்கிவிடுவர்.

குழுவைப் பொறுப்பேற்கச் செய்யுங்கள்

நாம் மேலே பார்த்த அனைத்துச் சூழல்களிலும் தலைகீழ் வேலைப் பகிர்வு நிகழாமல் பார்த்துக் கொள்வதற்கு, நீங்கள் அதில் தொடர்புடைய நபர்கள் தங்களுடைய பிரச்சனைகளைத் தாங்களே தீர்த்துக்

கொள்ள வற்புறுத்துவதுதான் ஒரே வழி.

உங்களுடைய சொந்த வாழ்க்கையிலும் சரி, தொழில் வாழ்க்கையிலும் சரி, தலைகீழ் வேலைப் பகிர்வுச் சூழல்கள் பலவற்றை நீங்கள் எதிர்கொண்டுதான் ஆக வேண்டும். பெரும்பாலான நபர்கள் அடிப்படையில் சோம்பேறிகளாக இருப்பதால், தங்களுக்குக் கொடுக்கப்பட்டுள்ள வேலைகளை மீண்டும் உங்களுடைய தலையிலேயே கட்டிவிட முனைவர். அதை எடுத்துக் கொள்வதற்கான அனைத்துச் சபலங்களையும் நீங்கள் உதறித் தள்ளிவிட வேண்டும். அப்படிப்பட்டவர்களிடம் நீங்கள், “இது உங்களுடைய வேலை. இதற்கு நீங்கள்தான் பொறுப்பே அன்றி, நான் அல்லன்,” என்று கூறிவிட வேண்டும். பிறகு நீங்கள் அதில் உறுதியாக இருக்க வேண்டும்.

அத்தியாயம் இருபத்தொன்று

ஆற்றல்மிக்க நிர்வாகத்தின் ஐந்து முக்கிய அம்சங்கள்

இப்போது நாம் இப்புத்தகத்தின் இறுதிக்கு வந்துவிட்டதால், ஒரு மேலாளர் என்ற முறையில் உங்களுடைய தொழில் வாழ்க்கை முழுவதும் நீங்கள் பயன்படுத்தக்கூடிய வேலைப் பகிர்வு மற்றும் மேற்பார்வை தொடர்பான ஐந்து முக்கிய அடிப்படைகளை நான் உங்களோடு பகிர்ந்து கொள்ளப் போகிறேன்.

முதலாவது, தனிப்பட்ட முறையில் நீங்கள் செய்பவற்றுக்கும், உங்களுக்குக் கீழே பணியாற்றிக் கொண்டிருக்கின்ற ஊழியர்கள் செய்பவற்றுக்கும், அவர்கள் செய்யாமல் விடுபவற்றுக்கும் நீங்கள் பொறுப்பேற்றுக் கொள்ள வேண்டும். உங்களுக்குக்

கீழே இருப்பவர்களுக்குப் பொருத்தமான வேலைகளைப் பகிர்ந்தளிப்பது, அவற்றை மேற்பார்வை பார்ப்பது, அவை நிறைவடைவதை உறுதி செய்வது ஆகியவற்றுக்கும் நீங்கள் 100 சதவீதப் பொறுப்பேற்றுக் கொள்ள வேண்டும்.

இரண்டாவது, உங்களுக்குக் கீழே பணியாற்றுபவர்களை உங்களுடைய குடும்ப உறுப்பினர்களாகப் பாருங்கள். இன்னும் சொல்லப் போனால், நீங்கள் அவர்களை உங்களுடைய குழந்தைகளாகப் பார்க்க வேண்டும். உங்களுடைய குழந்தைகளுக்கு வழங்குவதைப்போலவே, இவர்களுக்கும் நீங்கள் சரியான வழிகாட்டுதல், கற்றுக் கொடுத்தல், உதவி புரிதல், பின்னூட்டக்கருத்துகளைக் கொடுத்தல், தரங்களை நிர்ணயித்தல் போன்றவற்றைச் செய்ய வேண்டும். தங்களுடைய குழந்தைகளை அக்கறையுடன் கவனித்துக் கொள்கின்ற பெற்றோரின் கண்களின் ஊடாக நீங்கள் உங்களுடைய ஊழியர்களைப் பார்க்க வேண்டும்.

மூன்றாவதாக, நட்புறவை வளர்த்துக் கொள்ளுங்கள். சிறந்த நிர்வாகத்திற்கும் சிறந்த வேலைப் பகிர்வுக்கும் பிறரால் விரும்பப்படுதலும் பிறரால் நம்பப்படுதலும் இன்றியமையாதவை. நீங்கள் எந்த அளவுக்குச் சிறப்பாக உங்களுடைய வேலையைப் பகிர்ந்து கொள்கிறீர்களோ, எந்த அளவுக்குச் சிறப்பாக உங்களுடைய ஊழியர்களை வளர்த்தெடுக்கிறீர்களோ, அந்த அளவுக்கு நீங்கள் அவர்களையும் உங்களையும் அதிகமாக விரும்புவீர்கள். அதன் விளைவாக, அவர்கள் உங்களுக்காகச் சிறப்பாகப் பணிபுரியத் தங்களை அர்ப்பணித்துக் கொள்வர்.

நான்காவதாக, நீங்கள் செய்கின்ற அனைத்திலும் பொன்விதியைப் பயன்படுத்த உறுதி பூணுங்கள். உங்களை உங்களுடைய மேலதிகாரி எப்படி நடத்த வேண்டும் என்று நீங்கள் எதிர்பார்க்கிறீர்களோ, அதைப்போலவே நீங்களும் உங்களுடைய ஊழியர்களை நடத்துங்கள். உங்களுடைய மேலதிகாரி

எப்படித் தன்னுடைய வேலையை உங்களிடம் பகிர்ந்து கொள்ள வேண்டும் என்று நீங்கள் எதிர்பார்க்கிறீர்களோ, அதைப்போலவே நீங்களும் உங்களுடைய ஊழியர்களோடு வேலைகளைப் பகிர்ந்து கொள்ளுங்கள். உங்களுடைய மேலதிகாரி எப்படி உங்களுக்குப் பின்னூட்டக்கருத்துகளைக் கொடுக்க வேண்டும் என்று நீங்கள் எதிர்பார்க்கிறீர்களோ, அதைப்போலவே நீங்களும் உங்களுடைய ஊழியர்களுக்குப் பின்னூட்டக்கருத்துகளைக் கொடுங்கள். கடந்த முறை உங்களிடமிருந்து என்ன எதிர்பார்க்கப்பட்டது என்பது உங்களுக்குத் தெளிவாகத் தெரிவிக்கப்படாதிருந்தது குறித்து நீங்கள் எந்த அளவுக்கு விரக்தி அடைந்திருந்தீர்கள் என்பதை நினைத்துப் பாருங்கள். அதேபோல, நீங்கள் சிறப்பாகச் செய்து முடித்திருந்த ஒரு வேலைக்காக உங்களுக்குச் சரியான அங்கீகாரம் கிடைக்காமல் போனபோது நீங்கள் எந்த அளவு வருத்தம் அடைந்திருந்தீர்கள் என்பதையும் நினைத்துப் பாருங்கள். அது போன்ற ஓர் உணர்வை உங்களுடைய ஊழியர்கள் அனுபவிக்காமல் இருப்பதற்கு உங்களால் முடிந்த அனைத்தையும் செய்வதென்று உறுதியெடுத்துக் கொள்ளுங்கள்.

ஐந்தாவதாக, ஒரு நிறுவனத்தின் மிகப் பெரிய சொத்து அதன் மனித வளம்தான் என்பதை ஒருபோதும் மறக்காதீர்கள். உங்களுடைய மனித வளம்தான் உங்களுடைய நிறுவனத்தின் மையம். அப்படிப்பட்ட அரிய, மதிப்புமிக்க வளம்தான் உங்களுடைய ஊழியர்களின் வடிவில் உங்கள் வசம் ஒப்படைக்கப்பட்டுள்ளது.

உங்களுடைய வெற்றியைத் தீர்மானிக்கின்ற அம்சம்

பிறரிடமிருந்து விளைவுகளைப் பெற்றெடுக்கின்ற உங்களுடைய திறமையும், உங்களுக்குக் கீழே

இருப்பவர்களுக்கு உங்களுடைய வேலைகளைப் பகிர்ந்தளித்து அவர்களிடமிருந்து மிகச் சிறப்பான விளைவுகளைப் பெற முடிகின்ற உங்களுடைய திறனும்தான், ஒரு மேலாளர் என்ற முறையில் உங்களுடைய வெற்றியைத் தீர்மானிக்கும். உங்களுக்குக் கீழே பணியாற்றுபவர்களைப் பொறுமையுடனும் அக்கறையுடனும் கருணையுடனும் நடத்துங்கள். உங்களுடைய ஊழியர்களை மகிழ்ச்சியானவர்களாக ஆக்குவதற்கும் மகிழ்ச்சியற்றவர்களாக ஆக்குவதற்கும், அவர்களை மனநிறைவுடையவர்களாக ஆக்குவதற்கும் மனநிறைவற்றவர்களாக ஆக்குவதற்கும், அவர்களை உற்பத்தித்திறன்மிக்கவர்களாக ஆக்குவதற்கும் உற்பத்தித்திறனற்றவர்களாக ஆக்குவதற்குமான சக்தி உங்களிடம் இருக்கிறது.

நீங்கள் உங்களுடைய ஊழியர்களுக்கு வேலைகளைப் பகிர்ந்தளிக்கின்றபோது, அவற்றைத் தெளிவாக அவர்களுக்கு எடுத்துரையுங்கள், அவை எவ்வளவு தரம் வாய்ந்தவையாக இருக்க வேண்டும் என்பதை அவர்களிடம் கூறுங்கள், அவர்களிடமிருந்து என்ன எதிர்பார்க்கப்படுகிறது என்பதை அவர்களுக்குத் தெரிவியுங்கள். பின்னர் அவர்களுடைய வேலைகளைத் திறமையாக மேற்பார்வை புரியுங்கள், எல்லாம் சரியாகச் சென்று கொண்டிருக்கிறதா என்பதைச் சோதியுங்கள். உங்களுடைய குழுவிலிருந்து வருங்கால வெற்றியாளர்களை உருவாக்குவதென்று உறுதி பூணுங்கள். வெளிப்படுத்தப்படாத ஆற்றல்களை உள்ளடக்கியுள்ள சக்தியாக உங்களுடைய ஊழியர்களைப் பாருங்கள்.

உங்களுடைய ஊழியர்களுக்கு வேலைகளைத் திறம்படப் பகிர்ந்தளித்து, தோழமையுடன் அவர்களை நடத்தி, அவர்களிடமிருந்து சிறப்பான விளைவுகளைப் பெறுகின்ற திறமைதான் உங்களுடைய வெற்றியின் பெரும்பகுதியைத் தீர்மானிக்கிறது.

இந்தப் புத்தகத்தில் நீங்கள் கற்றுக்

கொண்டுள்ளவற்றை நடைமுறைப்படுத்தி, உங்களுடைய ஊழியர்களை அக்கறையுடனும் பொறுமையுடனும் கனிவுடனும் நீங்கள் நடத்தினால், நீங்கள் ஒரு மிகச் சிறந்த நிர்வாகியாக உருவாவீர்கள் என்பது உறுதி.

மொழிபெயர்ப்பாளர்

PSV குமாரசாமி

இவர் ஒரு கவிஞர். மொழிபெயர்ப்பாளர். சுற்றுச்சூழல் ஆர்வலர். மலையேற்றப் பயிற்றுவிப்பாளர். புகைப்படம் எடுப்பதில் அலாதி ஆர்வம் உடையவர். ஊர் சுற்றுவதில் ஏக விருப்பமுடையவர். இவரது பல்லாண்டுகால மொழிபெயர்ப்பு அனுபவத்தில் எண்பதுக்கும் மேற்பட்ட நூல்கள், எண்ணற்றக் கட்டுரைகள் மற்றும் கவிதைகள் வெளிவந்துள்ளன. இலக்கியம், சுயமுன்னேற்றம், சுற்றுச்சூழல், பொருளாதாரம், அறிவியல் போன்ற பல்வேறு துறைகள் தொடர்பான நூல்கள் அவற்றில் அடங்கும்.

ரோன்டா பைர்னின் உலகப் புகழ்பெற்ற நூலான 'இரகசியம்', டோனி ஜோசஃபின் 'ஆதி இந்தியர்கள்', ஸ்டீபன் ஹாக்கிங்கின் 'ஆழமான கேள்விகள் அறிவார்ந்த பதில்கள்' போன்றவை இவருடைய மொழியாக்கத்தில் வெளிவந்துள்ள நூல்களில் குறிப்பிடத்தக்கவை.

இவர் தன் மனைவி திருமதி நாகலட்சுமி சண்முகம் அவர்களுடனும் தன் மகன்கள் இருவருடனும் தற்போது மும்பையில் வசித்து வருகிறார்.

பிரையன் டிரேசி

உலகில் இன்று தலைசிறந்த வியாபாரப் பேச்சாளர்களில் ஒருவராகத் திகழ்பவர் பிரையன் டிரேசி. 75 நாடுகளைச் சேர்ந்த 1,000க்கும் அதிகமான பெருநிறுவனங்களுக்கும் 10,000க்கும் அதிகமான சிறிய மற்றும் நடுத்தர நிறுவனங்களுக்கும் தலைமைத்துவம், மேலாண்மை, விற்பனை, வியாபார மாதிரி மறுசீரமைப்பு, இலாப மேம்பாடு ஆகிய விஷயங்களில் பல கருத்தரங்குகளை அவர் வடிவமைத்து வழங்கியுள்ளார்.

உலகம் நெடுகிலும் 5,000க்கும் அதிகமான சொற்பொழிவுகளை அவர் ஆற்றியுள்ளார். இதை 50,00,000க்கும் அதிகமானோர் கேட்டுள்ளனர். அவர் தற்போது ஒவ்வோர் ஆண்டும் 2,50,000 மக்களிடையே உரையாற்றி வருகிறார். அவர் உருவாக்கியுள்ள சுவாரசியமான, காணொளி சார்ந்த பயிற்சி வகுப்புகள் 38 நாடுகளில் கற்றுக் கொடுக்கப்படுகின்றன.

பிரையன் டிரேசி ஒரு வெற்றிகரமான நூலாசிரியர். அவர் 80க்கும் அதிகமான நூல்களை எழுதியுள்ளார். அவை 42க்கும் அதிகமான மொழிகளில் மொழிபெயர்க்கப்பட்டு இருக்கின்றன.

பிரையன் டிரேசி தன் மனைவியுடன் கலிபோர்னியாவில் சொலானா பீச் நகரில் வசித்து வருகிறார். அவருக்கு நான்கு குழந்தைகளும் ஐந்து பேரக்குழந்தைகளும் உள்ளனர்.